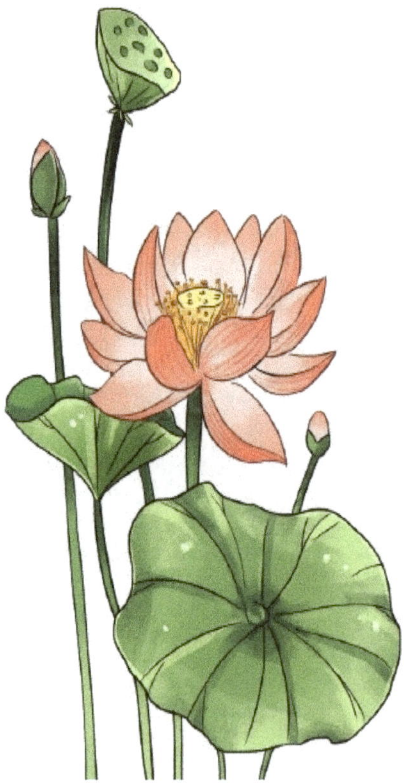

THƠ VĂN TUYỂN

HOA RƠI TỈNH THỨC

NXB VĂN HỌC MỚI
2024

THƯ NGỎ

Thời đại hôm nay là thời đại của công nghệ điện toán, tin học, trí tuệ nhân tạo (AI)... Các phương tiện khoa học kỹ thuật, các sản phẩm công nghệ cao, các mạng xã hội đang làm thay đổi sâu sắc mọi sinh hoạt và thói quen của con người. Một trong những thói quen và sở thích bao đời nay là đọc sách, nhưng ngày nay hầu như đã không còn nữa. Con người bây giờ chỉ chúi mắt vào iPhone, iPad, laptop mà quẹt quẹt ngón tay. Con người hiện nay chỉ thích xem những tin ngắn, các clip, video ngắn từ các mạng xã hội: Facebook, Twitter, Instagram, TikTok, Weibo... Thời đại này hầu như không còn người đọc sách, mà đã không có người đọc thì chuyện viết sách, in sách, bán sách... cũng lụi tàn. Sách báo ngày nay như buổi hoàng hôn nhập nhoạng sắp tắt.

Ấy thế mà thiên hạ vẫn còn một số ít người ngày đêm miệt mài với chữ nghĩa. Nỗi đam mê chữ nghĩa như thể lưu xuất từ trong huyết quản, nói một cách chuyên môn hơn là nỗi đam mê vốn có từ trong tạng thức. Viết chẳng biết để làm gì nhưng không thể dừng. Có kẻ cũng từng thử dừng nhưng sau một thời gian thì lại mày mò tái viết, lại tiếp tục cuộc chơi chữ nghĩa đầy đủ hoặc nhưng cũng đầy vô vọng.

Chữ nghĩa văn chương ngày nay rất hẩm hiu, nếu trong nước có sách nào in được vài ngàn bản thì đã là hiện tượng. Ở hải ngoại thì thê thảm hơn nữa, in vài trăm bản cũng coi như một sự kiện lạ! Sách in ra lại tốn tiền gửi tặng chứ bán ai mua. Chỉ một vài tác giả có tuổi thì còn được sự chiếu cố, ủng hộ qua lại lẫn nhau của giới cầm bút. Còn những kẻ tiểu tốt vô danh thì in sách làm màu, kiếm chút danh tiếng hão huyền, hoặc là để tự sướng mà thôi! Âu cũng là cái nghiệp chữ nghĩa trả vay.

Ngày nay người ta dùng trí thông minh nhân tạo (AI) để viết sách, viết văn, làm thơ, viết luận án, soạn nhạc… Thực chất thì (AI) không sáng tác mà chỉ trích, cắt, lọc, lựa chọn từ nguồn tư liệu khổng lồ trên mạng rồi ghép, dán, ép, kết, nối… lại thành tác phẩm theo chủ đề mà người dùng yêu cầu. Nói cách khác, (AI) chỉ cho ra sản phẩm sao chép chứ không phải sáng tác. (AI) thuần túy là máy móc, kỹ thuật. Máy móc và kỹ thuật không có tâm hồn, không có trái tim, không có sự rung động cảm xúc. Con người có cả phần thân xác và tâm hồn. Nếu chỉ thuần thân xác thì khác chi con vật, còn giả như thuần tinh thần thì là không tưởng. Con người phải hòa hợp cả hai. Tinh thần của con người, ngoài những tình cảm yêu thương, tin tưởng, hy vọng hay những cảm xúc tiêu cực khác, còn có đức tin dù đó là Thiên Chúa, Phật giáo, Hồi giáo hay bất cứ tín ngưỡng nào. Tinh thần và đức tin hướng con người đến chân – thiện – mỹ – tuệ. Tinh thần còn là những giá trị nhân văn cao cả. Thiếu tâm hồn hay những giá trị tinh thần thì con người không còn là con người nữa.

Xuất phát từ đam mê văn chương chữ nghĩa, từ những giá trị tinh thần nhân văn, từ ý niệm chân – thiện – mỹ, chúng tôi chung tay góp phần để hình thành tác phẩm "Hoa Rơi Tỉnh Thức." Chúng tôi tuy có xuất phát điểm khác nhau nhưng có chung lý tưởng: Đem nghệ thuật thơ ca đến với mọi người, nhất là những bạn đọc đồng điệu. Tập thơ "Hoa Rơi Tỉnh Thức" không chỉ là thơ ca ngợi tình yêu, tình người, tình đời mà còn đề cao tinh thần tự do, giải thoát, hướng thiện. Thơ ca đem lại những khoảnh khắc tuyệt vời trong đời sống xô bồ, bận rộn nếu bạn biết thưởng thức.

"Hoa Rơi Tỉnh Thức" không hẳn là thơ thiền nhưng chí ít cũng có chút hơi thở thiền, có chút đượm mùi đạo vị, phảng phất tinh thần hướng thiện và ý niệm giải thoát. Dĩ nhiên, trong đó có man mác những ý tưởng về khổ, không, vô thường, vô ngã... Đó là những điều căn bản trong giáo lý nhà Phật.

"Hoa Rơi Tỉnh Thức" được viết bằng cảm xúc thật từ trái tim, bằng sự rung động của những cung bậc nhạy cảm từ tâm hồn, bằng vốn sống thực từ đời thường.

"Hoa Rơi Tỉnh Thức" không cố làm màu, không hão huyền hy vọng làm việc lớn; rất đơn giản chỉ là tập hợp những bài thơ của những tâm hồn đồng điệu, chí ít có cùng một sự rung động nào đó đối với đời và đạo trong cuộc sống ngày thường, trong cuộc chơi văn chương chữ nghĩa, trong tinh thần và đức tin. Đây cũng là điểm khác biệt giữa tác phẩm do (AI) vô tri vô giác làm ra và tác phẩm viết bằng tim óc của con người. Xã hội ngày nay và mai này, dù có phát triển đến đâu đi nữa, (AI) có siêu tuyệt thế nào đi nữa cũng không thể thay thế được tâm hồn và những giá trị tinh thần của con người.

TIỂU LỤC THẦN PHONG

HÀ NGUYÊN DU

LỜI BẠT Thơ Văn Tuyển:

Hoa Rơi Tỉnh Thức

Do Nữ sĩ San Phi thực hiện...

Là một tập hợp của 6 Tác Giả .

Sáng tác Thơ Văn với nội dung có cùng dòng cảm xúc, hàm chứa Tư Tưởng Nhà Phật, nhắm mục đích trao tặng hay cống hiến cho những nhà tu hành theo đạo Phật.

Vì vậy, chúng tôi xin trích những bài thơ theo đúng với chủ đề kể trên. Điều rất lý thú là trong *164 trang* của tập thơ, *người chủ trương thực hiện, đã sáng tác một trong những bài thơ với nội hàm sâu lắng và súc tích…* Qua bao dòng thơ tiêu biểu, khác chi những *cơn sóng truyền tải thông điệp của lòng từ bi và nhân ái, tạo nên một ấn tượng cần được ghi nhận.* Như bài thơ ***"Hoa Rơi Tỉnh Thức"***của Nhà Thơ Nữ San Phi, dưới đây: *(Xin trích)*

Hoa Rơi Tỉnh Thức

Gió vừa lay nhẹ nhành hoa
Vô tình in bóng nước sa mặt hồ
Tựa như ai đến hững hờ
Sợi đôi cánh giới thiền tơ tưởng lần

Ngỡ rằng gió thoảng hoa buông
Thời gian thường quán niệm không ngại gì
Sợi tơ đi đến lại đi
Ai người hiểu thấu duyên tùy nhẹ bong

Từ tâm khởi tiêu tâm không
Mỗi giây phút đến từ trong khắc hình
Hoa rơi tỉnh thức đã in
Gió vô tình thổi hoa xinh đã tường
San Phi
27.01.20.23.30

Bài thơ **Hoa Rơi Tỉnh Thức** của *Nữ sĩ San Phi* là một tác phẩm giàu tính triết lý, chứa đựng những ý nghĩa sâu sắc về giáo lý nhà Phật và tư tưởng giác ngộ. Để hiểu rõ hơn ý nghĩa bài thơ và phân tích các tầng ý nghĩa của nó, chúng ta có thể đi qua từng khổ thơ, từng câu từ.

Phân tích bài thơ:

Khổ 1:
Gió vừa lay nhẹ nhành hoa
Vô tình in bóng nước sa mặt hồ
Tựa như ai đến hững hờ
Sợi đôi cánh giới thiền tơ tưởng lần

Câu thơ mở đầu bằng hình ảnh ***"gió lay nhành hoa"***, một biểu tượng của sự biến đổi trong vô thường. Hoa rơi, gió lay là những hình ảnh rất phổ biến trong Phật giáo, thể hiện sự mong manh của kiếp người và sự chuyển hóa liên tục trong đời sống.

Câu ***"vô tình in bóng nước sa mặt hồ"*** phản ánh nguyên lý *...**"vô ngã"** (không có bản ngã riêng biệt)*. Mọi hiện tượng đến và đi một cách tự nhiên, không mang ý chí hay mục đích cố định.

Từ ***"tơ tưởng lần"*** mang hơi thở thiền định. Nó nói về sự buông bỏ vọng tưởng, sự thanh tịnh trong tâm trí, đồng thời nhấn mạnh tính chất nhất thời của tất cả những gì tâm sinh khởi.

Khổ 2:

Ngỡ rằng gió thoảng hoa buông
Thời gian thường quán niệm không ngại gì
Sợi tơ đi đến lại đi
Ai người hiểu thấu duyên tùy nhẹ bong

Ở đây, Nhà thơ tiếp tục dùng hình ảnh *"gió thoảng"* và "hoa buông" để nhấn mạnh khái niệm vô thường. Trong Phật giáo, ***quán niệm*** (mindfulness) được đề cập như cách để nhận ra bản chất của thời gian và sự không cố định của thực tại.

Câu ***"Ai người hiểu thấu duyên tùy nhẹ bong"*** gợi nhắc về duyên khởi (pratītyasamutpāda). Mọi sự việc xảy ra đều tùy thuộc vào nhân duyên, nhưng lại vô cùng nhẹ nhàng, không vướng mắc. Điều này là trọng tâm trong sự giải thoát tâm linh của người tu hành.

Khổ 3:

Từ tâm khởi tiêu tâm không
Mỗi giây phút đến từ trong khắc hình
Hoa rơi tỉnh thức đã in
Gió vô tình thổi hoa xinh đã tường

Câu ***"Từ tâm khởi tiêu tâm không"*** là minh họa sống động cho giáo lý "tâm không" trong nhà Phật. Khi tâm buông bỏ mọi khởi niệm, nó sẽ trở về trạng thái chân như, vô ngã và thanh tịnh.

"Mỗi giây phút đến từ trong khắc hình" khuyến khích sự sống trọn vẹn trong từng khoảnh khắc hiện tại. Đây cũng chính là bài học mà thiền tập thường nhắc nhở:

Sự giác ngộ nằm ở chính phút giây hiện tại.

Câu kết thúc, *"Gió vô tình thổi hoa xinh đã tường,"* mang **ý nghĩa giác ngộ**. Gió dù *"vô tình,"* nhưng trong sự tỉnh thức, người tu hành nhận ra bản chất của thực tại và không còn vướng mắc. Đây là sự hòa hợp giữa vô thường và chân không.

Ý nghĩa tượng trưng của bài thơ:

Bài thơ là sự kết hợp tuyệt vời giữa hình ảnh thiên nhiên và triết lý Phật giáo. ***"Hoa rơi"*** tượng trưng cho sự biến đổi, ngắn ngủi của kiếp sống, trong khi ***"tỉnh thức"*** là trạng thái giác ngộ, nhận ra bản chất của vô thường. Bài thơ không chỉ ca ngợi sự nhẹ nhàng của cuộc đời mà còn nhắc nhở rằng, khi ta buông bỏ và tỉnh thức, mọi điều dù ***"vô tình"*** vẫn có thể trở thành ***"tường minh."***

Nhận xét về ý nghĩa của tập thơ:

Tựa đề ***Hoa Rơi Tỉnh Thức*** thể hiện sự *hòa hợp giữa cái đẹp mong manh và sự giác ngộ sâu sắc trong giáo lý Phật giáo.*

Tập thơ này, với sự đóng góp của 6 tác giả, *mang tính cộng hưởng của nhiều tư tưởng Phật giáo, từ vô thường, duyên khởi, cho đến tâm không và giác ngộ.*

Tác phẩm không chỉ là một món quà dành tặng cho những người tu hành mà còn là lời nhắn nhủ đến những ai đang tìm kiếm sự an lạc trong tâm hồn.

HÀ NGUYÊN DU

VŨ HOÀNG THƯ

VŨ HOÀNG THƯ

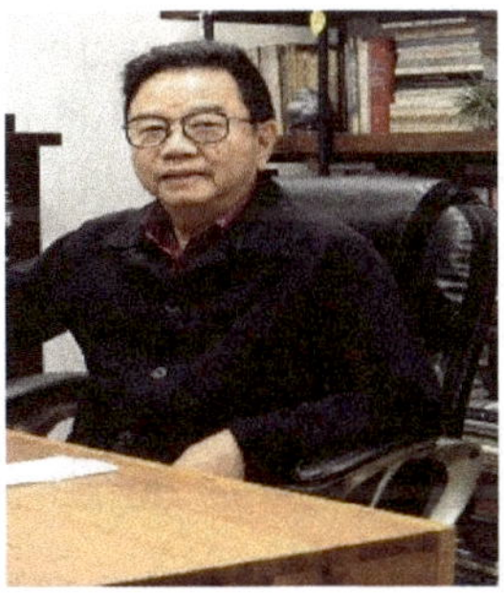

Tên thật: **Võ Anh Tuấn.**
Sinh năm 1949 tại Huế, lớn lên ở Nhatrang.
Hiện sinh sống tại Fountain Valley, California.
Nguyên kỹ sư điện tử tại Jet Propulsion Laboratory (JPL), Lockheed Martin Corp., Xerox Corp..

Sáng lập và Chủ biên "Văn nghệ Biển Khơi" (**www.bienkhoi.com**) từ năm 1999.

Tác phẩm đã xuất bản:

Bắt Nắng, tản mạn, NXB Quê Mẹ, Paris 2009.
Một Thoáng, thơ, NXB Quê Mẹ, Paris 2019.

Những bước chân sương

Who says my poems are poems?
My poems are not poems.
When you know that my poems are not poems,
Then we can speak of poetry ! Ryokan (1758 - 1831)

Sương về bên lũng núi trắng ngát đường quanh. Mù là áo của sương, phơn phớt đợi tay ôm vào lòng mát lụa. Hơi se lạnh làm làn da săn, tai không nghe gì khác ngoài thanh âm chập chùng của từng làn sương mỏng phủ xuống núi đồi. Tiếng chuông sớm từ chùa trên vọng xa. Trùng trùng âm biển. Vang nỗi sóng ngàn. Hải triều âm vọng giữa lòng sâu. Khoan khoái hít vào chậm rãi, tận đáy phổi hơi sương chen lẫn mùi ẩm mốc lá khô, thu về miên man trong từng hơi thở. Đầu thấy loáng, óc choáng ngợp ảnh hình không thu nhận kịp, ký ức nhập trùng hiện tại, người xóa tan tên quá khứ. Biên giới mờ dần. Mờ như sương. Mờ có thể vì thị giác giới hạn, mờ vì đôi mắt khép kín đấy thôi, chứ sương vẫn long lanh trắng hạt châu. Sương ghé về lá, có chiếc nhàu vàng ôm lấy sương rồi lịm xuống đất thu. Đôi khi sương đáp vào ngọn sen, tàng lục thoa phấn như trải thảm đón mời. Sương bồng bềnh người trên phấn. Phấn nâng sương đùa cợt đến cuối tàng. Trong một phút giây bất chợt, thân rơi tõm xuống, sương về lại với nước. Chỉ còn một làn hơi mỏng thấp thoáng mặt ao. Thiền sư nhìn thấy thế bảo, ừ kiếp người như sương. Sư vận dụng chân khí, điều hợp hơi thở rồi buông dăm bảy lời sương, Ni cô nghe thấy thơ sương thắm thiết, gom góp thành tập để lại cho đời sau. Sư mỉm cười, giơ tay bắt lấy sương rồi nhẩn nha nhỏ giọt: Ai bảo thơ ta là thơ, chỉ khi quên đi đó là thơ rồi mình mới cùng nhau nói chuyện thơ. Đó là thứ ngôn ngữ của thiên tài, phủ nhận không nhằm phá hủy mà để thiết lập một ý nghĩa mới không dựa vào những bế tắc của hiện tại. Phủ định không có nghĩa là để nghị "có một cái gì đó" hay "không có một cái gì đó" vào thay thế, vì như vậy chỉ là phủ định tương đối. Làm như vậy chỉ là cơn phẫn nộ vặt vãnh của Zarathrustra đi xuống núi sau khi tuyên ngôn giết Thượng Đế. Phải phủ nhận với hết tất cả sức bình sinh để đập vỡ ngay cả chính mình. Đập phá đến tận cùng mọi ngọn ngành của ý thức để không còn CÓ, cũng không còn KHÔNG. "Này Kàsyapa, đó chính là tánh KHÔNG đoạn tận hết thảy mọi luận chấp" [1]. Ông Lão Tử cỡi trâu về phương tây cũng nói nôm na rằng đạo khả đạo phi thường đạo... Thơ, đạo, đời, chỉ là danh xưng con người ôm lậm vào lòng, chịu khó gỡ rối một nút thắt thì ông Lão sẽ vuốt râu cười ha hả, yên chí về tây phương, tay vỗ vào lưng trâu mà hát, danh khả danh phi thường danh... Thế thì hãy quên hết thơ để nói về thơ, quên hết sương để nói về sương. Từ đó sương - cùng với thơ, về bên lá, nếu có rơi thì cũng là chuyến trở về với đại thể. Không hư hao chẳng thêm bớt. Ni cô đạt ý, giật bấn thần hồn, khối sầu thiên thu vạn cổ vỡ vụn theo lời sương. Ba nghìn thế giới tiêu tán trong giây phút nhân duyên trùng phùng, Ni cô lẩm bẩm,

Có thật chăng là Thầy
Em đã gặp
Hay niềm hân hỉ
Vương vấn trong em
chỉ là cơn mơ?
Was it really you
I saw
Or is this joy
I still feel
only a dream?
-Teishin [2]

Sư trầm mặc, những cơn mộng đến rồi đi, người có giữ hay níu kéo, mở mắt ra hết thảy cũng chỉ là mộng. Có gì đâu mà bận lòng, Sư an ủi,

Ở trần gian huyễn hoặc
Người lim dim mắt
Hý luận về mơ
Này Ni cứ mộng
tràn mộng ước dâng

In this dream world
We doze

And talk of dreams --
Dream, dream on,
As much as you wish
-Ryokan [2]

Đó là con đường sương. Một đoạn đường ngắn ngủi mà Ryokan cùng Ni cô Teishin chung lối ở cuối đời Sư. Ryokan xuất gia từ lúc thiếu thời, tu học với nhiều thiền viện danh tiếng thời bấy giờ ở Nhật trong nhiều năm. Đời sống thiền viện cuối cùng không giữ được Ryokan, một tâm hồn phóng khoáng, phải chứng kiến cảnh tu sĩ chạy chọt, đút lót để được cấp độ điệp chứng nhận rằng mình đã "giác ngộ". Chùa chiền trở thành nơi tranh giành thế lực và quyền lợi. Người ta quên rằng tự do tuyệt đối chỉ đạt được một khi họ chịu vứt bỏ cái bản ngã nhỏ nhoi của mình. Loài người tội nghiệp kia, làm sao họ hiểu được thế nào là thơ, liệu họ có biết chăng thơ không là thơ mới là thơ đấy ru. Nhà sư thi sĩ Ryokan lang thang nhiều năm ở vùng Shikoku và Kyoto, sau lui về chốn núi Kugami sống cuộc đời giản dị, ngày ngày khất thực và đùa giỡn với trẻ con nơi làng cũ dưới chân núi. Năm 70 tuổi, Ryokan gặp ni cô Teishin, 28 tuổi, họ quyến luyến và trao đổi cùng nhau những vần thơ thơ mộng nhất nhân loại trong suốt ba năm cho đến khi Sư viên tịch. Một cuộc đời không sở hữu gì ngoài một tâm hồn tự tại và lòng biết ơn những gì giản dị nhất mà cuộc đời dâng hiến. Trên giường bệnh hấp hối Sư viết cho Teishin:

Di sản ta –
Sẽ là chi?
Hoa xuân thắm
Chim gáy hạ
Và phong đỏ
Của mùa thu...

My legacy -
What will it be?
Flowers in spring,

The cuckoo in summer,
And the crimson maples
Of autumn... [2]

Thiên hạ bàn tán đã nhiều đến mối liên hệ giữa Ryokan và Teishin. Có cần thiết cho một tên gọi về sự giao tiếp giữa hai người? Tình yêu? Ân ái? Hay sự giao thoa của hai tâm hồn cô đơn nhất trên cuộc đời gặp nhau qua mối nhân duyên kiều diễm. Mượn ngôn ngữ của Ryokan, ai bảo đó là tình yêu, khi tình yêu không phải là tình yêu thì chúng ta chạm trán tình yêu.

Đường lên núi Kugami mây trắng thong dong. Sư học sự phơi phới từ mây và tánh đơn giản nơi lá . Chuyện kể một vị tướng quân cùng đoàn tùy tùng lên núi mời Sư về trụ trì ngôi chùa mới trong vùng nhưng Ryokan đang bận đi hái hoa ở xa. Vị tướng quân và tùy tùng kiên nhẫn đợi cho đến khi Sư về. Sau khi nghe lời mời, Ryokan bỏ giỏ hoa xuống, không nói một lời nào. Lẳng lặng Sư lấy bút viết một bài haiku và đưa cho vị tướng quân:

Gió góp cùng ta
Vừa bao lá rụng
Nhóm đủ bếp hồng
The winds gives me
Enough fallen leaves
To make a fire [2]

Một lần khác, một tên trộm lẻn vào lều ăn cắp những đồ sở hữu vặt vãnh của Ryokan. Vừa lúc đi về, nhìn thấy ánh trăng chiếu qua mành cửa, Ryokan viết:

Đạo chích bỏ quên
Vầng trăng
Lửng ở bên song
Left behind by the thief -
The moon
In the window. [2]

Sư ẩn ở Gogo-an an tĩnh giữa rừng thông, tùng già, mây, hoa dại và lá rừng. Trong chốn ấy, người ta dễ thành thi sĩ, nhưng thi sĩ trần gian vốn ưa thích đu dây giữa triền vực của lựa chọn hiện sinh mà lựa chọn nào cũng hiu hắt đoạn trường. Marilyn hay Brigitte, gái-lạ-thiên-thu-thánh-nữ-thấp-thoáng Adrienne hoặc nghìn-thu-thuần-nhiên Sylvie phơ-phất như Bùi Giáng sống chết trong từng giây phút một đời? Đó là cuộc chơi bi thảm của chọn lựa nhị nguyên. Ryokan không thế. Mẫu đơn phơi phới đùa trước gió, Ryokan an nhiên nhìn. Vào hay không vào cuộc chơi thân thiết?

Chúng em mẫu đơn dại
Đang độ mãn khai hoa
Khoe dáng lộng rộ ràng:
Quý quá sao mà hái
Quý quá sao không hái
Wild peonies
Now at their peak
In glorious full bloom:
Too precious to pick
Too precious not to pick [2]

Hái hay không hái không còn là một sự lựa chọn. Thơ không còn ở chữ, nghĩa, vần, điệu, mà ở sự đối đáp với ý thức để đập vỡ ý tưởng. Hoa như là hoa, mẫu đơn như là mẫu đơn, hải đường như là hải đường, không thông qua trung gian nào cả. Như vậy thơ lắng đọng thành nguyên chất mà đồng thời cũng sống sượng công phá trong tâm thức cho nàng thơ mặc áo bước ra. Câu hỏi đặt ra không để trả lời vì câu hỏi không cốt được trả lời. Đó là một công án. Công án khiến con người như đi trên đầu ngọn tre trăm đốt.

Tâm trạng ấy được ví như tâm trạng của người leo lên cây cao, miệng cắn vào một cành cây, hai tay buông thõng giữa hư không, hai chơn không vịn được vào đâu hết. Tình cờ dưới gốc cây có người hỏi vọng lên: "Ý của Tổ Sư qua Tàu là gì?". Người trên cây không trả lời thì không được mà trả lời thì rơi chết hốt xương.

Huệ Khai – Vô môn quan [3]

oOo

Đỉnh Kugami muôn đời sương phủ trước cũng như sau

Ryokan Taigu. Giọt sương ghé qua tàng sen không ghi lại dấu, có còn chăng là những lời thơ sương. Những lời sương có thật, hay không bao giờ có thật? Có hề chi. Issa, nhà thơ cùng thời với Ryokan, không nói gì hết mà nói hết, tiếng nói vô ngôn dậy đất trời như tiếng đại hồng chung âm vang đến ngàn năm...

cõi này
là thế giới sương
đúng rồi…
nhưng…
this world
is a dewdrop world
yes...
but...
- Issa [4]

Tiếng nhưng… cuối cùng, sắt ngọt dao chém haiku, không thừa không thiếu, như đường kiếm bén samurai múa tung máu kẻ thù mà cũng là con truỷ thủ nhọn hoắt xuyên suốt hara-kiri. Trong im lặng vô biên, hốt nhiên lục bát Việt trở về, êm đềm như giọt tròn lăn nghiêng xuống rèm mi cong Teishin thế kỷ trước, lệ hay sương?

trần gian
một cõi mù sương
ừ thôi là vậy...
thế nhưng có là...
Vũ Hoàng Thư
Tháng 10, 2005

[1] Kinh Bảo Tích (Ratnakùta Sùtra)
[2] Dewdrops On A Lotus Leaf, Zen Poems of Ryokan, Translated by John Stevens, Shambhala, 2004
[3] Linh Thoại Bồ Đề Dạt Ma, Trúc Thiên, Tư Tưởng, Đại Học Vạn Hạnh, 1968
[4] Essential Haiku Volume 20, Robert Hass, The Ecco Press, 1994

VŨ HOÀNG THƯ

HOÀNG XUÂN SƠN

HOÀNG XUÂN SƠN

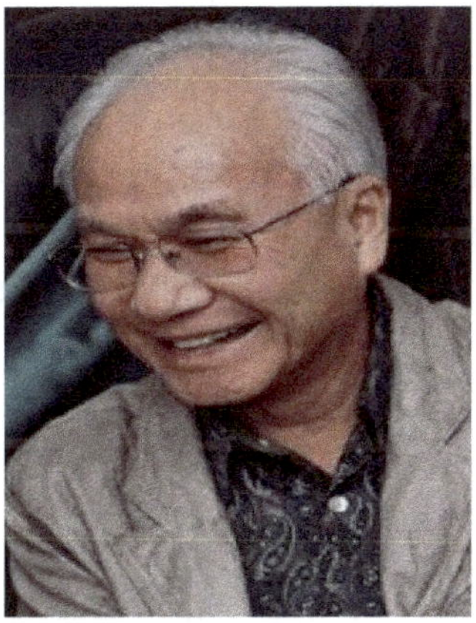

Hoàng Xuân Sơn : tên thật, bút hiệu
Bút hiệu khác: *Hoàng Hà Tĩnh, Sử Mặc...*
Nguyên quán : Nhân Thọ - Đức Thọ - Hà Tĩnh
Sinh quán : Vỹ Dạ - Phú Vang - Thừa Thiên (Nhầm Ngọ)
Cử Nhân Giáo Khoa Triết Học Tây Phương - Đại Học Văn Khoa Saigon
Cao Học Chính Trị Kinh Doanh
Trước 1975 : Làm công chức, dạy học
Khởi viết từ năm 1963 . Thơ xuất hiện trên Văn, Chính Văn, Nghiên Cứu Văn Học, Khởi Hành, Thời Tập, Nhà Văn
Định cư tại Gia Nã Đại (Montreal) từ tháng 11/1981 Cộng tác với đa số các tạp chí văn học ở hải ngoại và trên liên mạng
Góp mặt trong nhiều tuyển tập văn chương

Đã xuất bản:

Viễn Phố (Thi tập - Việt chiến, 1988) - tuyệt bản
Huế Buồn Chi (Thi tập - Tự ấn hành, 1993)
Lục Bát Hoàng Xuân Sơn (Thơ - Thư Ấn Quán, 2004)
Cũng Cần Có Nhau, viết về sinh hoạt thanh niên, sinh viên giai đoạn 1965-1975 và sinh hoạt Quán Văn tại SàiGòn (Phóng bút - Nhân Ảnh, 2013).
Thơ Quỳnh (ebook - thi tập do T.Vấn & Bạn Hữu cùng tác giả phát hành, 2017)

Thơ Quỳnh đã được Văn Học Mới (Hà Nguyên Du chủ trương) xuất bàn và phát hành trên Amazon.com
Tìm Dấu Thu An Trên Cung Khải Nguyên, thi tuyển Nguyên Xuân (San Phi - Hoàng Xuân Sơn)
Lục Bát Nguyên Xuân (San Phi - Hoàng Xuân Sơn)

Dự tính trong tương lai, in ấn và phát hành:

CD Quỳnh Hương trình bày ca khúc của mười nhạc sĩ tiêu biểu.
Ở Dạng Bản Thảo (Liên khúc thơ)
Thơ Phiêu - Sử Mặc
Lục bát HXS toàn tập
Đóa Hồng Buồn Trên NgọnTháp Khô - Thơ tuyển liên mạng
Thù Tạc (với bằng hữu)
Tuyển tập Nhạc Ngoại Quốc Lời Việt, HXS phóng chuyển
Viễn Phố - Thơ tuyển HXS, tái bản

Chơn Hạnh. Và Lan Khúc, Xưa

Rồi mưa đổ xuống trên tầng tháp
ngưỡng cửa nàng về ai ngóng trông
tôi như ngọn gió mùa cô độc
thổi buốt thiên san lạnh cổ đồng

Buổi sáng ni cười trên vai tượng
tôi gã thiền sư mắt đắm sâu
trong cơn buốt xoáy cồn linh sự
chợt đến như lai cảm nhiệm mầu

Mắt xanh là của trời sao rụng
ngọn sào dài khua sáng trăng tơ
chữ thơm nguyệt bạch hồn vô tướng
một nét xuân thu cuốn bãi bờ

Thì vẫn đời xương da là một
nghìn năm phiêu án nhẹ như là
nhụy khép đàn hoa mây trầm tú
khẩy một con đò đi thật xa .

HOÀNG XUÂN SƠN
tháng 10/06

Thúy Lan

mắt đã thôi nâu. chiều yên lữ
bóng rớt trên đồi chim lánh mây
buồn qua một dãi trường sơn lạnh
vì áng mi cong đã nhược gầy

ngồi im. biêng biếc trầm hương mộng
một tuổi kỳ nam mơ nữ nhân
mưa nằm nghe ngóng tim trăn trở
bỏng vết thương xa nguội lửa gần

giếng nước trong ngần đen tóc nhánh
xưa uống màu trăng đêm tảo hương
từng giọt từng giọt môi mắt ấm
thầm đóa mai côi khẽ mọng hường

khúc hát năm nao mùa xử nữ
tơ mành như một ngọn thúy lan
ước giọt sương mềm len trong nắng
cho nụ phong linh khẩy tiếng ngàn

rồi ai biết được tuồng khinh mã
bay bay bay bay cát đá bay
không qua chinh chiến làm sao gặp
một chuỗi đêm hoang níu lại ngày

buổi về thân hóa. tàn. xiêu vẹo
tình mong manh vỗ cánh mong manh (*)
đóm sao nở muộn trên cành trắng
hoa đã cùng ai khép đoạn đành

HoàngXuânSơn
24. 8. 2001
(*) mượn cấu trúc Quách Tấn : “ tình hoang mang gợi tứ hoang mang ”

Giang Hồ

Mãi đánh đàng xa sút tay nải
mà chân không chịu quay lại giùm
thôi chút hương hoa cũng là gió
thả miếng oan cừu vô vại chum

Hôm qua phải tội người vu vạ
lòng điềm nhiên như ngụm nước sông
lóng xuống tận đáy mẩu oan khiếu
ta vốn phơ phất như cỏ bồng

Lăn đi lăn chơi lăn rất vui
ừ thì người điếc cũng người đui
lách phải không được thì luồn trái
đụng cái hồ lô thiệt ngậm ngùi

Ruột tượng không một xu dính túi
tình mãi phong lưu với bến bờ
ở phía tinh văn vẫn còn bạn
cọ quẹt vui vầy một túm thơ

Ra thế. hồ đồ ai mà chẳng
rót bậy một miếng vô điệp trùng
rồi hát vang rân đời quá đẹp
ừ nhỉ, giang hồ tại sao không

h o à n g x u â n s ơ n
2.8.23

Hoa Dung

đọc Đoàn Minh Đạo nhớ lại hoa dung thời cũ

xe đi như thuyền trôi
trên mặt đời băng giá
ký sinh một tơ trời
bám đeo lòng hoang dã

mở khơi những dòng sông
mưa xiết đời hoen lệ
lao đao ánh dương hồng
đêm lịm dần khúc kể

một ngày đã rất xưa
tiên tri hồn vụng dại
em . biết mấy cho vừa
tóc với chiều sương khói

cuồng âm này khe lộng
đá núi bỗng sinh từ
xin một lần hơ nóng
cửa muộn phiền tâm tư

là ai hương nguyệt quế
thoảng chút trầm lưu ly
thức nửa mùa hưng phế
sương xanh vết ngục tỳ

một thời trăng phủ dụ
về dưới ải quan đau
nghìn năm mây ẩn trú
hoa dung tưởng không mầu .

HOÀNG XUÂN SƠN
7 . jan . 07

phía trái

phủi bụi chiều xưa
đứng sững ngó
bế tắc như dao phạt lưng đồi
xuống phố quàng ôm vai vế
mắt quáng gà nể nếp cổ sơ
thật sơ ở tận xưa cùng
trong đất
trong đá mưng lên thềm mụt nhọt
 người
biết đau những lần roi sáng hóa
vệt bầm tím cơ ngơi
cơ phận này ai đắp nên lời
chữ như đinh đóng chặt hòm thiên cổ
bứt rứt nông nổi chương nằm
mây thoát đi vụng trời xanh
bao la tinh thể
đời
lá mớm cây vin đồng mượt cỏ
khốn nạn đời kéo vành che mắt
mà chim vẫn hót trên đồi hiển vinh
hằng bao thiên kỷ
dấu hỏi ? chấm than ! ngùi
ngùi thiên cổ
bế tắc kiếp tằm tơ dăng dện
mưa nằm đâu sợi tóc vời
mắc lên đầu xuân thắm
bờ sương mỏng chiều nôi tê
mấp máy một lời khương nguyện
có thật nơi an bình giữa trùng trùng cát đá
ngạt thư hương say
ô say mặt trời đỏ trộng ở mai sau bây giờ
vẫn nhói bừng lên phía trái
phía không dứt nguồn cơn .

HOÀNG XUÂN SƠN
tháng ba hai ngàn lẻ một

nhật
buổi sáng vươn mình trong xó bếp
lại thêm một ngày qua nữa đây
có hùng hục nhen lò nhúm lửa
xin nhẹ tay kẻo nước vơi đầy

vũ
lóp ngóp bò dậy
giữa đấu trường hoang
một mình một gậy
múa chẳng ra hồn

nan
con đường hoang bãi trước
kỷ niệm mù sau lưng
giữa hai lần biên tái
bước đi cũng ngập ngừng

hành
đất đá cũng tan hàng
thì thôi hành độc cước
giữa cuộc đời hỗn mang
đứng chân nào chả được

chướng
ngán thay mùa gió chướng
đầy trời ngọn quỷ phong
ra đường thân ngả ngớn
biết quay về được không

giọt trẻ thơ

thương quá giọt lệ hiền trẻ thơ
như đá như cây những mái nhà
ôi chút vô tri còn biết gọi
thương mình. trăm cảnh huống người ta

núp trong hột lúa

ở chốn phạn môn
quơ dao huyết nhục
quậy chảo càn khôn
đảo hồn khất thực
nước dùng trong đục
dặm muối thêm đường
một xó hành hương
một phường thế tục

hoa

một buổi mai tịnh độ
vân yên hà đương say
mộng đời không ai giữ
thức dưới tạng hoa gầy

mai sau một chàng

mai sau một chàng ôm chí cả
xuống nghịch trầm dòng nước bé con
mặc tình chàng trời trăng buông thả
hạt nước lung linh hạt nước tròn

bắc phương, trúc rừng còn xanh

[tặng Bùi Bảo Trúc]

tóc đã chải bốn ngàn xưa lồng lộng
cho giang hồ trói buộc những miền xanh
người sực tỉnh giữa mê si cuồng vọng
lòng tinh sương còn hẹn với không đành

con mắt động từ ẩn tình khơi động
ừ thôi thúc đường quán chẳng nên gì
nhắc với nhé kẻ ù lì câm nín
cho bùng lên sâu thẳm một tức thì

con sông ấy buổi đưa tay thề thốt
vẫy mơ hồ trong một chuyến đi khơi
ướm hỏi được lời gì trên sóng nước
buồn thanh niên dấu ấn gẫy bên đời

ngồi đâu mặt với biển đời vô tướng
từng khúc quanh từng hiện diện u trầm
rồi buồn bã ôm một đời câm hướng
sợi tóc hờ trên vực thẳm nghìn năm

ôi tóc xanh thuở nào lấp lánh sáng
có còn đâu mai mốt có còn gì
đường sương nhẹ hoa hồng hay ngõ nắng
có về nghe giang ải lạnh biên thuỳ

có vẽ lại đường chim hồng tuyệt mỏi
dặm tàn phai trong mộ khúc hao gầy
hồn nguyên thuỷ chân dung ngời bối rối
mắt lệ mù hoan lạc dưới ngàn mây

phai hết ý vườn chiều thêm mấy nỗi
ngàn dâu xanh thương nội cỏ vô tình
hồn tĩnh mặc cho tang bồng chắn lối
sầu lên chưa mà rượu đã khô bình

thôi trả hết cho suối nguồn hiu quạnh
bờ cỏ non và gót mộng đăng trình
ngồi xuống đó một đêm dài yên tịnh
nhìn ngu ngơ và hát khẽ riêng mình

xin uống vội cả đất trời vĩnh phúc
sợ mai xa sương nắng lộ nguyên hình
hồn trúc thuỷ nhớ vọng thầm sao bắc
đá tự trầm khắc khoải một dòng kinh

ôi giao cảm với nỗi đời khốc liệt
tay buông đi hồn ẩm thấu ưu phiền
tóc đã chải bốn ngàn năm hào kiệt
anh hùng nào không chết giữa thuyền quyên

mở ra loang loáng

trái tim
hoành một vết thương
à sao em biết
vô thường cõi tôi
ừ đau
thì cũng đau rồi
thì đi cũng đấy
thì ngồi vẫn đây
cũng chung chung tháng với ngày

ngợi ca nàng

nàng ở trên am miếu vô thường
áo lục xiêm hồng ngát ngát nương
nàng ở trên cây bòng cây khế
nàng. bông thuỳ hạnh của nghìn phương
,
nàng ở đâu ta chưa hề gặp
mà trăng sáng quá buổi sinh từ
đàn xanh biển thuý trầm châu ngọc
tuồng chữ bay rời trên ý hư

tấn cầm khúc

cây đàn
không biết nằm đâu
đánh lên một đoạn tơ sầu
nghe chơi
đã lâu
hồn ẩm bụi đời
cây đàn cũng lụy
vào nơi
tục
trần

thuỵ

đứng đó
mở bừng con mắt ra
tóc bay
để mặc tóc bay xòa
trắn hằn
thiên đỉnh
nơi muôn trượng
núi
ẩn trong rừng
thung lũng xa

[@hxs.1994]

Về lại, đêm. Tuyết muộn

Đêm
chườm
củi, khói
ngây ngây
nhà ai sưởi muộn
cuối ngày đông miên
bước chân đi giữa vạn miền
về nghe một chút bình yên
phập phồng
đã quen đời
gánh
mênh mông
vết thương vết nhớ
mặn nồng
vết đâm
cỏ rơm
này

dúm lửa tàn
có hong được chút tình tang
thuở người
như xưa
tuyết
lẳng miệng cười
về se hứng chút bồi hồi thịt da
vẫn tóc mướt lạnh ngân hà
vẫn đêm
chìm giữa ngân nga
lũng
đồi.
tháng ba hai ngàn lẻ một

Tĩnh sắc

Ướt giùm
một hạt mưa sa
tôi về hạ giới
ôm tà nguyệt
đau
thở qua trì giác
không mầu
làm sao vẽ được
ngàn sau
nhục hình
một tờ thân
nhẹ
như kinh
cũng về theo gió bất bình
thở than
mai sau hạt giống khô vàng
còn tôi ?
còn với trần gian
họa hoằn.

Rừng tre

[Gởi Hoài Khanh]

Thôi về
sấm động rừng tre (*)
lá xuyên tâm
mật
lá đè thân nghiêng
chao ơi
        lâu quá
                diện tiền
e ba vạn quyển
nghìn thiên
một tờ
đầu đời
ở vậy rất thơ
xế đời ở vậy
rất bờ bến
trông.

nov. 03
(*) chữ : Hành Khoai

Sa cơ

Môi trầm vết lạ thương sâu
cắn răng máu bật đỏ mầu uyên sơ
đầu ngày yêu vội sa cơ
mai sau nắng héo trăm tờ diệp non
cành du phương địa e còn
động lòng với chút tình con nghệch ngờ

Hẹn cùng

một buổi mai
lên dốc trời miên thẳm
hát rền
tiếng mây
ồ
sương đã kín vai ngày
mà vai em
cũng buộc
gầy
xương hoa
hẹn nhau
về độ giang hà
nghe hồn thủy mật
phù sa tuổi đầy
bãi đời
cho cánh thuyền say
hẹn
cùng trăng nữa
mai này
tịnh ân.

Tâm đời

Thân dài hát kinh khổ đau
nhếch nhác bò qua sậy lau thụ hình
ôi tâm đời
thiêng
u minh
bấu xấu vào nỗi lạ
tình riêng
mang đi tan đi tan đi
(tan)
dữ dằn mộng hóa tin
bàng hoàng nghe
hát nghe hát
kinh u mê
sớm mai trở dạ chiều lê thê
nằm
huyền hồ trôi mịt dây âm
thân lênh láng buổi truy tầm
mộ bia.

HOÀNG XUÂN SƠN
26. 03. 03

SAN PHI

SAN PHI

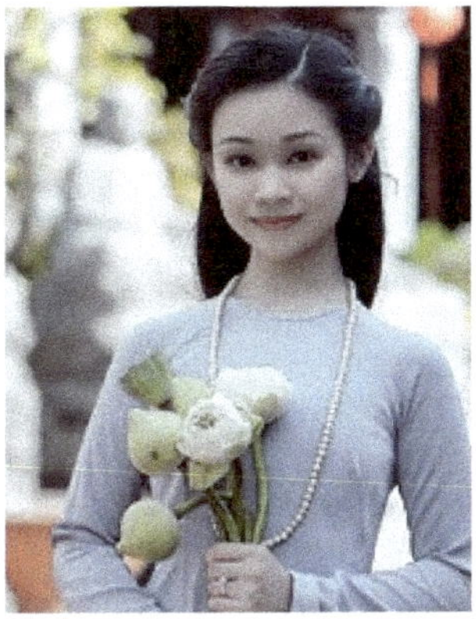

SAN PHI tên thật là NGUYỄN THỊ LỆ THU
SN, 16 tháng 10 năm 1994. Tốt nghiệp ngành Ngọc Học.
Sống và làm việc tại Quận Gò Vấp - TP Hồ Chí Minh

Tác phẩm đã xuất bản:

NGỌN NÚI ĐÀO HOA (Tản thơ) Nxb Văn Học Mới

Thơ văn in chung:

TÌM DẤU THU AN TRÊN CUNG KHẢI NGUYÊN (Thơ) Nxb Văn Học Mới 2024
LỤC BÁT NGUYÊN XUÂN (Thơ) Nxb Văn Học Mới/2024
TỔ ẤM GIỮA MIỀN XANH (Văn Thơ) Nxb Hội Nhà Văn
TRUYỆN NGẮN CHỌN LỌC. Nxb Nhân Ảnh 2024
DẤU ẤN THỜI GIAN (Thơ Văn Nhận Định Văn Học) Nxb Hội Nhà Văn 2024
CÔNG CHÚA NHỎ (Thơ) Nxb Văn Học Mới 2024
VỀ NGUỒN (Thơ Văn Nhận Định Văn Học) Nxb Hội Nhà Văn

Hoa Rơi Tỉnh Thức

Gió vừa lay nhẹ nhành hoa
Vô tình in bóng nước sa mặt hồ
Tựa như ai đến hững hờ
Sợi đôi cánh giới thiền tơ tưởng lần

Ngỡ rằng gió thoảng hoa buông
Thời gian thường quán niệm không ngại gì
Sợi tơ đi đến lại đi
Ai người hiểu thấu duyên tùy nhẹ bong

Từ tâm khởi tiêu tâm không
Mỗi giây phút đến từ trong khắc hình
Hoa rơi tỉnh thức đã in
Gió vô tình thổi hoa xinh đã tường

San Phi
27.01.20.23.30

Tàn Hương

Sáng nay mây giăng trên đồi
Bóng trúc ngã xuống trôi tôi xa dần
Hôm nào thấp bé trước sân
Giật mình lọn tóc đã ngần trắng rơi

Sáng nay sấm chớp đầy trời
Nõn xuân vừa nhú thoáng chơi vơi mờ
Ngày nào tuổi lá ngây thơ
Chớp mắt đã thấy găng tơ lá vàng

Ta tịnh trước những âm vang
Rồi nhìn ngọn cỏ sương tràn qua thu
Vị nếm tàn hương mệt nhừ
Bóng ta một kiếp thực hư hiện tiền

San Phi
01.03.22.24.20

Bóng Khuya

Rưng rưng khóe mắt cay
Một vì sao đã rụng
Ba bước nhẹ như mây
Chiếc vợt hờ con hứng

Một vì sao ứa lệ
Buông trút cạn đêm tàn
Hình như trời vừa kẻ
Một đường bay đã tan

Khăn trắng buộc trên đầu
Giọt rơi sao đong đếm
Tiếng đêm đang thét gào
Ngọn đèn trời tắt lịm

Ba nhìn con không nói
Ngoài trời mưa đang rơi
Ba có nghe con gọi
Ba đừng đi ba ơi

Chiếc bóng sáng, mờ dần
Bên kia ai đang đợi?
Ba lẫn vào sương khói
Mây ơi xin đừng trôi

Ôi! cái đêm vừa qua
Làm sao gặp lại Ba
Con ngồi ôm mặt khóc
Chiếc bóng khuya dần xa
San Phi.
14..4.24.23.30

Đừng Hẹn Kiếp Sau

Lá xanh treo trên cành
Chớp mắt thôi đã mất
Chuyện tình ta và anh
Đừng hẹn nhau kiếp khác

Kiếp mai còn lỗi hẹn
Gió thổi hoa đơn chờ
Thuyền lênh đênh sóng biển
Lòng có thấu hiểu bờ

Người đừng hẹn xa xôi
Đời như chiếc lá rơi
Tảng băng nằm im đó
Thoáng đã bay về trời

Ta lỡ mất thời gian
Lỡ rồi một khúc hát
Lỡ mai còn nhớ chăng
Ngôn tình hay cút bắt

Trăng tròn rồi trăng khuyết
Nước khi lớn khi ròng
Ta lạc nhau có tiếc
Đoạn khúc tình viết chung

Dấu son ghi lần nhớ
Nét mực in trang thơ
Đừng gói tình đem cất
Đừng thương nhau hững hờ

Có thể sau một giây
Tay đã rời bàn tay
Kiếp sau xin đừng hẹn
Khi chẳng trọn kiếp này.
03.03.24.03.30

Nghe Tâm Tịnh Giác

Nhẹ thôi bước đón ban mai
Bông đùa sen trắng chờ ngày nắng lên
Thơm hương tâm sáng soi lòng
Tỏa trong đêm sắc ánh đèn lưu ly

Nhìn hư ảo trúc biếc thùy
Hoa rơi nước chảy, duyên đi đứng rời
Lợi danh gió thoảng kiếp người
Trăng thơm mê ngọt, đó rồi qua nhanh

Hoa cười nắng sớm, mưa tan
Ngẫm đời người tựa như màn sương đêm
Bước cùng nhau giữa cõi trần
Chắc từ vô lượng gieo mầm nhân duyên

Thương thêm lần nữa, thương thêm
Thế gian chớp mắt lìa, tan khóc cười
Hoa rơi, gió thoảng, mây trôi
Dòng thời quy luật luân hồi chuyển xoay

Nụ thời gian tìm bóng ngày
Trần ta xếp lại nắng mai, còn thừa
Tiếng chuông ngân vọng đời đưa
Nghe tâm tịnh giác như vừa hôm qua

San Phi
01.11.20.23.32

Phan Duyên

Mắt, tai, mũi, miệng cùng thân ý
Sương gánh nắng, gồng chữ phan duyên
Tâm và mắt, sợi tơ tường nghĩ
Vui cùng vui, tai giữ âm thinh

Buồn thật buồn bởi từ một chữ
Hương của nắng chiều vương gió mơ
Ngọc trong đá ngủ vùi không tỉnh
Chỗ lân hương đó xích xiềng chờ

Ảo lưỡi, ảo, ảo mường tượng ngọt
Trăng mơ, trăng mơ, trăng vẫn mơ
Mây giăng bắt tình đêm vắng nhốt
Vô thường kia hỏi có đợi chờ

Lục căn, lục trần tiếp địa chi
Là hóa thân của những bước đi
Tưới thức, ý chuyển chuyên phòng hộ
Hoa giác tuệ, tâm nở từ bi

Một bước tâm an là phước an
Lục căn nảy nở, phan duyên, tan
Thân tâm kia hòa cùng chung một
Ta cùng ta thức với thời gian.

San Phi
Govap, 19.08.24. 23.34
Viết khi đang sốt cao 39 độ

Thiếp Thiền

Như rừng đồi hoa ngủ mê
Âm xưa còn đọng lại nghe khúc thiền
Trên từng cuộn khói hương nhiên
Tịnh ta thấy ngọn cỏ mềm, đá rêu

Tịnh ta thấy vạt nắng chiều
Hình như bao kiếp luân hồi đều qua
Ngày còn in trên lối ta
Đêm nhìn cánh mỏng nở hoa mặt trời

Vàng phai đóa mong manh rơi
Qua từng non ngọt gió cười nắng sa
Ngày lặng trong, nhìn trời, và …
Giữa khe núi chẻ nở hoa nhiệm màu

Đã từng quen thuộc bể dâu
Đã từng nhóm lửa tâm vào trầm luân
Một chuỗi khoảnh khắc, đã từng
Hoà vào nắng gió thong dong thiền về

Loay hoay thoát vực u mê!

San Phi
01.11.21.22.30

Hình Như Hao Gầy Trăng

Có những cơn gió cuối mùa
Luồn vào xương thịt đốt qua da người
Và những cơn đau cút côi
Con thường xuyên gặp Ba ngồi xuýt xoa
Nụ thời gian hôn lên da
Vết hằn huyết nhục trôi qua thân gầy
Những ngã rẽ trớ trêu thay
Buộc con chưa kịp sửa sai đã mòn
Ba cười Ba khóc từ con
Hằng tâm nghe thấu công ơn ngập tràn
Muốn dìu Ba trốn thời gian
Nhìn qua khung cửa, lá vàng ngợp buông
Con chẳng tìm thấy con đường
Vượt qua thiên kết tròn vuông cửa trời
Còn phải làm sao, ba ơi!
Con thơ trẻ. bước trợt. đời rêu thêm
Làm sao thắp nắng cho đêm
Làm sao trân trọng dìu êm nguyện đời
Và xanh thêm chiếc lá cười
Níu Ba dừng lại để thời gian qua

San Phi
16.02.24.04.40

Bóng Sen Trong Giếng Ngọc

Khúc nhạc thiền búp sen thơm
Tay nâng chén ngọc tự ôm lấy mình
Nhấp ngụm trà mở lời kinh
Từ vô lượng phật tỏa hình bóng sen

Loài hoa sinh giữa bùn đen
Dâng lên thượng uyển ánh đèn sáng soi
Nét thanh cao quý hiếm đời
Thơm hương kinh Phật sáng ngời mười phương

Từ lần nghe tiếng ngân chuông
Bóng sen trong giếng nước còn mềm tơ
Nắng mưa gió cuốn sương mờ
Giữ gìn ngó sợi nguyên sơ với đời

Kiếp nhân sinh tựa mây trôi
Vai tuồng tôi cố diễn tròn, rồi quên
Kiếp sau nguyện hóa thành sen
Nương vào cửa phật dứt duyên hồng trần

San Phi
02.02.23.03.30

Chạm Tay Từ Chiếc Bóng

Một vùng trời đương trôi
Từ vô biên tĩnh lặng
Dường như mây khóc rồi
Chân lời hiền mỏng trắng

Thức trong từ ý niệm
Khởi đầu lần nguyên mơ
Tịnh từ khôn lường niềm
Nắng non một khúc chờ

Vết thời gian đã ngủ
Chiếc trăng bé vừa rơi
Còn đây vì tinh tú
Ngồi ngược hướng mặt trời

Nghiêng mình từ cuộn sóng
Buông bỏ mọi ưu phiền
Đưa tay khều chiếc bóng
Tĩnh lặng rời an nhiên

San Phi
03.10. 21.23.30

Ngủ Sao Còn Mơ Thấy Ba

Là nét thẳng hay đường cong?
Ai cho con hỏi bụi hồng đã trôi?
Ai cho con gọi Ba ơi ?
Ai lau mắt ướt đang rơi hàng hàng?

Ánh chiều đã khuất trăng non
Khi cây già cỗi tuổi mòn mỏi qua
Ba ơi, sao Ba vội xa?
Bỏ lại ký ức con và thời gian

Đóa hương trầm bay giăng giăng
Ngàn ngàn biển lộ đã làn khói cay
Làm sao tâm con tịnh đây?
Ba ơi! tay nhỏ lạc loài chênh chao

Nhắm mắt, nhìn lên trời cao
Vầng dương tỏa sáng
Đi vào trong mơ
Ba ơi! con vẫn còn thơ
Con gào, con khóc để chờ yêu thương

Con thèm nghe tiếng bước chân
Thèm lời răn dạy bước đường chưa qua
Hôm qua còn nắm tay Ba
Mà nay di ảnh đã nhòa khói hương

San Phi
09.04.24.04.40

Dấu Chân Tròn Trên Lá

Lần tôi tìm nhựa trong cây
Dấu chân đã mỏi mắt hoài chưa thông
Trăm năm mạch sống vẫn còn
Xin nhành liễu uyển triển chương mục kỳ

Quan âm hạnh nhẫn từ bi
Kiếp nhân sinh ngắn, trường thi rải đầy
Còn tinh hương khiết để đây
Lá xanh sanh diệt, bụi cây trở về

Chân nhẹ bước lần từ mê
Cuộn tròn trên lá, ủ e ấp hình
Ánh hạ vàng lên lá xinh
Vô tình chân bước khắc in bóng chiều

Chắc từ vô lượng đã gieo
Nên duyên nợ trói buộc nhau vô hình

San Phi
31.10. 22.23.20

Mong Manh Kiếp Người

Hôm nay đất trời bỗng kéo mây
Cuồng phong bão dữ réo bên tai
Trời cao vừa trút dòng thương tiếc
Kéo theo xác lá rụng rơi đầy

Lặng người, môi mím môi, cắn chặt
Giọt hồng rơi đẫm chiếc khăn tang
Giọt ngược vào trong, chùn khoé mắt
Giọt điếng đau lạc giữa cõi trần

Thốn nghẹn buồng tim như thắt vặn
Phải làm sao ngăn lá lìa cành?
Hồ như phút cuối đời chiếc bóng
Chỉ cách từ làn khói mong manh

Văng vẳng tiếng chuông giục liên hồi
Như tiếng lòng tôi khóc chơi vơi
Trời ơi, ai nói cho tôi biết
Ấy! chỉ là mơ, là mơ thôi

Nhưng không, bàn tay đã tuột rời
Ba đi thật rồi, bỏ lại tôi
Xác hoa cúc rải choàng chuỗi hạt
Khăn trắng, áo tang, giã từ đời

Bàng hoàng, mưa dột, côi cút đứng
Trời còn chưa thức, vội ngày qua
Phía trước thênh thang, con đường vắng
Bước nhỏ, gập ghềnh lần tìm Ba

Và kể từ đây, kể từ đây
Đâu còn ai nhắc chuyện ngày mai
Tiếng gọi "Ba ơi" đành chôn lấp
Cuốn trôi theo làn khói hương cay

Và kể từ đây, kể từ đây
Mâm cơm thiếu vắng đôi bàn tay
Giây phút tử sinh trong gang tấc
Lấy hết cả trời thương yêu này

Lấy đi tất cả trong tầm mắt
Thấu thị làm sau chỗ Ba nằm
Cửa trời đã đóng, trần gian cách
Kẻ vạch đường chia rẽ dương âm

Chiếc chăn mỏng mềm bông tuyết trắng
Sương tròn trên má, mộng còn vương
Canh khuya được ủ từ tay ấm
Lệ tuôn nhìn Ba đứng cạnh giường

Kìa Ba nhẹ nhàng phủi tàn tro
Nỗi nhớ chưa tròn đã lần mơ
Ba còn trở lại bao lần nữa
Hái đêm trong lạnh lẽo mơ hồ

Đêm nay và nhiều đêm tôi đợi
Chiếc chăn bông tuyết đặt cạnh giường
Gió luồn rét mướt, làn khói mỏng
Đến tàn hương thao thức cạn đêm

Từ lần cuồng phong u ám mây
Bão lòng cùng khóc với cỏ cây
Cũng từ lần đó Ba đi mãi
Đất lạnh huyệt sâu tang tóc thay

Tôi thét cùng sao, khóc cùng trăng
Cầu trời khấn phật nghe bước chân
Mỗi bước nguyện xin Ba yên giấc
Quên kiếp nhân sinh, giũ bụi trần.

10.5.24.23.00.

Chạm

Với tay chạm nhẹ vào không
Phải chăng vừa chạm lần cùng thế gian?
Chạm ta vào những buộc ràng
Vở tuồng tích chạm lên trang sách chờ

Với tay chạm nhẹ vào mơ
Phải chăng đêm ngọt chạm chờ trăng lên?
Huyền cơ chạm giữa lênh đênh
Nhẹ nhàng gió thổi chạm nên lưng chừng

Hoa vừa khẽ chạm đầu xuân
Đông chưa lần chạm đã ngăn lá vàng
Trăm năm chạm một dấu chân
Buông từ lần chạm để dừng bước đi

Chạm tìm giác ngộ, được gì?
Xin cho tôi chạm trường thi nhẹ nhàng
Chạm vào không, giũ nhân gian
Vội mê, vội tỉnh
Chạm dần đến buông.

San Phi
01.02.22.23.02

Mơ

Đêm nhìn qua khe cửa
Đóa lan hương im lìm
Con nợ Ba lời hứa
Trở đau tràn sướt đêm

Hôm nay trời quên sáng
Mơ màng con gọi ba
Giọt trong đêm chảy lặng
Lăn trên mi vỡ òa

Giấc mơ quay trở lại
Ba đang ở trên cao
Dạ quang dần xa mãi
Tan cùng trời đầy sao

Trong mơ con bật khóc
Sợi tơ tường vân bay
Ngọn đèn tàn chuỗi ngọc
Đứt đường nhu mềm phai

Sao thắp sáng đêm nay
Thắp lòng con đã sai
Xin trong mơ nhỏ giọt
Sáng hóa lên từng ngày

San Phi
01.08.24.22.22

Hạc Cầm

Hoa rêu ngân ngấn lệ
Nằm ôm cuội đá già
Khóc gì giữa nhân thế
Trầm tích lẩn nở hoa

Mênh mông từ vạt nắng
Vô hình nụ cười hiền
Đá trầm luân bao kiếp
Tuổi hạc vàng gầy thêm

Người an nhiên thả chữ
Hạt nắng chiều im nghe
Cánh đêm dường quên ngủ
Tâm thức ta lần về

Nhìn trời cao mây trắng
Bóng mờ trên đồi nghiêng
Truyện trăng trên chiếc bóng
Một thuở xưa tiềm tàng

Liễu mềm băng nước trong
Hoa tâm rơi xuôi dòng
Đá nguyên sơ trầm tích
Nhân sinh tựa dòng sông

Một chiều mây vội tan
Cuội đá già ngàn năm
Trên non cao thiền tịch
Lạc trôi tiếng hạc cầm

San Phi
26.11.23.00.05

Không phải ai cũng làm được

Không phải ai cũng nghe được tiếng thở dài của vầng trăng cuối tháng

Không phải ai cũng cảm nhận được nỗi ngậm ngùi của mặt trời, khi mưa, những giọt lệ ngoại hôn trở lại

Không phải ai cũng hiểu được nụ cười của những người chọn cách im lặng, trước mọi tai ương...

Không phải ai cũng cảm nhận được nỗi sợ hãi, áp lực, nỗi cô đơn cùng cực, thật sâu từ trong tâm hồn.

Và cũng không phải ai có thể chải chuốt từng kỷ niệm, ươm mầm sống trong tận cùng nỗi đau, khi lòng vẫn rưng rưng quá đỗi!
Để chạm đến yêu thương!

"Không phải ai cũng làm được".

San Phi

26.10.21.22.23

Gieo Hạt Nắng Vàng

Em gieo mầm trong nắng
Nhú lam màu lá non
Bung xòe bàn tay tặng
Như mặt trời bé con

Bướm ong vờn bán nguyệt
Dâng hương ngọt say mê
Ngày qua ngày trăng khuyết
Bóng chiều trên lối về

Trầm lắng nhìn chiếc bóng
Nắng ngả vàng vương tơ
Một vùng bao la rộng
Rụng rồi nhịp cầu mơ

Cánh mỏng manh trong gió
Cuốn bay theo cuối trời
Mới hôm qua còn nở
Vội khóc cười buông lơi

Thi nhau rơi xếp chặt
Xác hoa rũ thiền rêu
Dường như từng rất thật
Ảo mộng đời qua mau.

San Phi
01.12.23.24.25

Nắm Buông

Nắm tia sáng mặt trời
Buông nắm, buông buông nắm
Bóng nhạn hồ in soi
Dường như tay vừa chạm

Hư Thực

Có nụ non vừa nhú
Có cành cây vừa khô
Hồ như từng thác lũ
Cuốn theo vòng hư vô

San Phi
02.03.19.20.21.

Hồn Ơi, Thức Tỉnh Cơn Mê

Còn đây giọt nước lặng thinh
Rơi mềm đá sỏi, lặng nhìn thế gian
Hạt rơi xuống, phủi sạch ngàn
Mầm sống vô tận cùng trăng khóc đời

Thấu suốt hạt bụi dần rơi
Vô ưu vô lượng, biển trời lao xao
Còn lại đây những giọt sầu
Để đau tỉnh thức đoạn vào thế gian

Tôi còn chắp vá buộc ràng
Tôi còn thả bóng lang thang giữa đời
Chờ hạt vỡ, ngăn nắp tôi
Chờ Xuân Hạ, cạn chén mời Đông Thu

Nhìn hạt rơi, khóc trời mù
Tàn trăng đến mộng trầm tư kiệt cùng
Giọt chạm vào những mông lung
Chiều tàn, lá rũ rệu tìm mênh mông

SAN PHI
01.03.20.02.20.

HÀ NGUYÊN DU

HÀ NGUYÊN DU

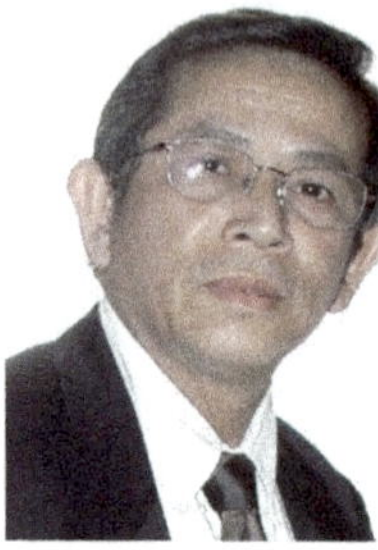

Tiểu sử *(trích từ Tác Giả Việt Nam – Lê Bảo Hoàng ấn hành 2017 có cập nhật)*

Nhà thơ, Nhạc sĩ. Tên thật Nguyễn Phương Hà, bút hiệu khác Mộng Yên Hà, Trường Khanh, Ngã Phương Huyền. Hành nghề ký giả. Cựu Sĩ Quan QLVNCH.
Định cư tại Hoa Kỳ qua chương trình H. O5 năm 1990
Khởi viết năm 1966, năm 1968 thơ đăng rộ hầu hết trên các báo ở Sài Gòn.
Tại Hoa Kỳ, Thơ đăng trên tạp chí Khởi Hành, Văn, Văn-Học, Hợp Lưu, Thế Kỷ 21, Tạp chí Thơ, Chủ Đề, Tinh Hoa, Hương Văn, Văn Phong, Phố Văn, Nguyệt San Nghệ Thuật (do Nhạc sĩ Lê Dinh làm chủ nhiệm – Canada)
Năm 1992, sau 2 năm sang Mỹ, sáng lập Đông Tây Thời Báo, cùng với Nhất Chính, Hoàng Triều Dương, Nguyễn Thanh Tùng. Ngô Tịnh Yên ...

Thơ được nhiều ***Nhạc sĩ danh tiếng phổ nhạc như:***
Phạm Duy, Nguyễn Hiền, Trần Thiện Thanh, Trần Duy Đức, Cao Mặc Niệm, Phan Ni Tấn, Hoàng Linh Duy, Trường Hải, Phạm Anh Dũng, Phạm Minh Hùng, Từ Công Phụng, KimChi Hoàng. Đặc biệt nhất là ... Nhạc sĩ Đỗ Lễ phổ 30 bài từ thơ Hà Nguyên Du vào năm 1997.

Tác phẩm đã xuất bản :

Trong Mùa Lá Xanh (thơ) in chung 1970
Lối Khác (thơ) 1998 Tân Thư xuất bản - 2018 Văn Học Mới tái bản
Anh Biết, Em Yêu Dấu (thơ) 2001-Tự Lực xuất bản - 2018 Văn Học Mới tái bản
Gene Đại Dương (thơ THT) 2003 -Tạp chí thơ xuất bản - 2018 - Văn Học Mới tái bản
45 Bài Ca Tân Cổ Giao Duyên 2005 (bút hiệu Trường Khanh) - 2018 Văn Học tái bản
thêm 1 bài nữa thành 46 Bài Ca Tân Cổ Giao Duyên
Vầng Thơ Trên Đóa Quỳ Vàng 2018 (Văn Học Mới xuất bản & phát hành)
Phát hành CD Hà Nguyên Du phổ thơ Tân Hình Thức (2013)
Thơ Toàn Tập I Hà Nguyên Du – Văn Học Mới / 2021

oOo

Có mặt trong Thơ Không Vần /TT/ thơ Tân Hình Thức 2006
Tuyển tập thơ Tân Hình Thức 2016
Tác Giả Việt Nam 2005 - 2017 do Lê Bảo Hoàng Sưu tập
Tuyển tập 33 Nhà Văn Nhà Thơ Hải Ngoại (Tuyển tập nhận định văn học,
do Nhà Biên Khảo và Phê Bình Văn Học Nguyễn Vy Khanh biên soạn.
Bốn Mươi Năm Thơ Việt Hải Ngoại - Nhà Thơ Nguyễn Đức Tùng biên soạn.
44 Năm Văn Học Việt Nam Hải Ngoại (do KT, LH & NVK thực hiện)
Trăm Cây Nghìn Cành (PV/Văn Học) do Nhà thơ Triều Hoa Đại - NXB Văn Học Mới 2020
Tuyển tập Tình Cha Nghĩa Mẹ, do LH,LH& NT thực hiện
Tuyển tập thơ Tình Cha Nghĩa Mẹ, LH, LH, NT thực hiện
Tuyển Tập Thơ Nhiều Tác Giả: "Tình Thơ Mùa Thu", do

NXB Nhân Ảnh ấn hành-2020
108 Nhà Thơ Nhà Văn Việt Giữa Thế Kỷ 20 (Q- thượng).
Nhà thơ / Biên Khảo Ngô Nguyên Nghiễm soạn
Ký Ức – Tuyển Tập 10 Tác Giả Thơ Văn Kịch –Ngô Nguyên Nghiễm & Trinh Bửu Hoài soạn
Hóa Thân – Thơ Văn Nhận Định Văn Học - 7 Tác Giả - Ngô Nguyên Nghiễm & Trần Hữu Dũng soạn
Tuyển Tập 7 tác Giả Thơ Văn Nhận Định Văn Học/ Thời Gian – Ngô Nguyên Nghiễm và Hồng Băng biên soạn
Tuyển Tập 7 tác Giả Thơ - Văn Nhận Định Văn Học / Dấu Ấn Thờ Gian –Ngô Nguyên Nghiễm và Hồng Băng biên soạn
Phụ tá Chủ bút Giai Phẩm Chủ Đề của Nhà Văn Nguyễn Trung Hối
Điều hành Tạp Chí Văn Học Mới & Nhà Xuất Bản Văn Học Mới - 2018 ... liên tục cho đến hiện thời.

Tác phẩm sẽ xuất bản

Tuyển tập nhạc : Cho Em Bài Sonnet, do các Nhạc sĩ nổi tiếng đã phổ thơ Hà Nguyên Du
Tuyển tập nhạc do Hà Nguyên Du sáng tác
Chuẩn bị không thời hạn CD Nhạc Hà Nguyên Du sáng tác.
Gene Đại Dương 2 (sẽ in tập thơ THT tiếp theo tập 1)
Thán Ca Giống Người Đi Một Chân
Thơ Haiku Theo Tân Hình Thức (Tân Hài Cú Việt)
Công Chúa Nhỏ - Thơ - Song tác Hà Nguyên Du & San Phi – Nxb Văn Học Mới 2024
Tuyển tập Tiểu Luận – Thuộc Tính Văn Học Nghệ Thuật Nxb Văn Học Mới
Hà Nguyên Du Tác Giả Và Tác Phẩm – Nxb Văn Học Mới
Tuyển Tập Thơ Tác Giả Dự Giải Thơ Văn Học Mới 2024-2025

Muôn Lời Hóa Mây

1/ Ngón nào chạm ngưỡng giác minh
Khai dòng lý giáo, lung linh ru hời
Ngón nào vén cửa cứu tôi
Nhụy tình say đắm hương phôi nhiệm màu

2/ Giao hòa sóng bạc, trên đầu,
Vô thường sóng sánh sắc màu nhân sinh.
Khoang lòng khẫm mộng phiêu linh
Tai ương đổ bến, rung rinh bến bờ.

3/ Em là trăng sáng soi thơ
Tỏa đầy một bến chơ vơ, chòng chành
Trăm năm bùa ngãi chưa thành
Đợi chờ hoang phế, giấc lành khôn thiêng

4/ Mê lầm qua những oan khiên
Tay khâu thi sử, mạch liền vết đau
Một đời níu lấy đêm thâu
Rượu thi ca ngất nỗi sầu còn đây

5/ Giọt tình rơi ấm bàn tay,
Nhẹ như sương hạt đong đầy mê hoan.
Những chân lý những lỡ làng,
Hòa trong khói sóng mơ màng chốn xưa

6/ Tựa lưng vào giấc mây mưa,
Nghe lòng vọng lại âm thừa đớn đau.
Ta chờ một thoáng nhiệm màu,
Tịch liêu đã ngộ in sâu phận mờ.

7/ Sóng đời trôi mãi bơ vơ
Bờ xa bến hút lững lờ dấu yêu
Em về như gió phiêu diêu
Gieo lời thệ ước một chiều tan bay

8/ Hồn ai chờ đợi hôm nay
Mắt môi đã lạnh, tim vây muộn phiền
Ta ngồi giữa cõi ưu nhiên
Nghe lòng chín nỗi truân chuyên dã quỳ

9/ Ngón tay chạm cõi từ bi,
Mở dòng sinh diệt luân ly kiếp người.
Mây trôi, đời tựa làn hơi
Lời kinh trong gió thảnh thơi qua hồn

10/ Ta thiền trong cõi cô đơn,
Nghe như điệp khúc giận hờn rừng thu
Cành khô khóc lá âm u
Dòng thơ hóa cánh phù du bàng hoàng

11/ Mộng xưa vén rèm tro tàn,
Vầng trăng lạnh chiếu địa đàng sầu dâng
Giấc nai khát suối trăng ngần
Nghe như tiếng vọng xa gần đâu tơ

12/ Bờ môi trái cấm và thơ
Mong manh như cánh chuồn hờ hững khuya
Em còn bờ bến ngăn chia
Chân tình truông ải, không hia dặm trường

13/ Ta về tựa chấn song thương
Khẽ nghe hồn lộng đem trường chơi vơi
Ngón tay khép lại giấc đời
Trên từng trang trắng, **muôn lời hóa mây**

Bão Mắt Em

1/ gay gắt những tia nắng
nhọc nhằn rịn giọt say trăng tưởng
em bên kia rèm mây

2/ Bùng dậy trờ giấc khuya
xiết ngọt ba vòng nhật nguyệt mật
tiền kiếp như phục sinh

3/ ngụp lặn lá hoa chim
cò quán ngộ cõi kín cổng đâu
nút mở em yêu hỡi ??

4/ trái đất chỉ sáng một
trăng tim ta chỉ sáng em thôi
thức dõi núi trông đồi

5/ ta vẫn là vó xông
lướt dụng cổ kim tìm quặn mõ
nào em nặc chiêu quân!?

6/ rách xước trúc mai lậm
ngãi lú thần tượng hình thù đu
đưa tóc tơ tốc váy!!

7/ buổi em buổi anh hoa
lá cành buổi nào không hoàng
hôn mấp mé phiêu hốt!!

8/ Em thiên thần em giáng
hạ bão mắt em đắm tàu bè
anh ơi bão mắt em!!

9/
Thức giấc trong sương trắng
bóng nguyệt trầm bên rìa gió lặng
đêm vẫn chờ hoa lay

10/
Đêm đổ về bờ vắng
ánh mắt gửi tận mây xa lạ
Hồn lạc bước chờ nhau

HÀ NGUYÊN DU
May 11/24/9: 15 PM

Buông Nhẹ Giữa Đời

Nói buông thì dễ
như chơi
Khi va vào sẽ
rã rời đảo điên

Theo thuyết Phật
là tùy duyên
Nhưng khi lâm trận,
sóng phiền nhiễu ưu

Có khi lòng rối
mịt mù
Buông rồi lại nắm,
như thu bên ngàn

Ngồi yên mà ngắm
khói tan
Mây bay theo gió,
vô vàn sắc không

Niềm đau tựa cánh
hoa hồng
Nở ra rồi rụng,
tìm không thấy mình

Chỉ là một giấc
mộng sinh
Thoảng qua đời tạm
bình minh lại tàn

Thân tâm như chiếc
thuyền nan
Trôi qua bể khổ,
lên ngàn vực sâu

Gió đời lắm nẻo
dãi dầu
Thì thôi mặc kệ
nước màu nào trôi.

Có không chỉ một
làn hơi
Vô hình vô ảnh,
kiếp đời phù du

Bể dâu muôn cảnh
sắc hư
Lòng ta thuyền sóng
lắc lư ưu phiền.

Buông không phải để
quên quên
Mà là để hiểu,
thấy duyên trong đời

Đêm dài rồi đến
Sớm mơi…
Sát na giác ngộ
Giữa đời, đảo điên

Biển đời biển khổ
triền miên
Cớ chi níu giữ
lệ phiền mắt ai

Tâm buông như gió
thoảng bay
Nặng nề trút xuống,
tỉnh say cõi lòng.

Khi hiểu, lòng bỗng
thấy không
Những điều ta nắm
sắc hồng thoảng qua

Niềm vui, nỗi khổ
một nhà …
Ngược xuôi nhân thế
cũng là trắng không!

Nhẹ lòng ta bước
thong dong
Sắc hư tựa khói
mênh mông cõi ngoài.

Đêm dài rồi lại
sớm mai
Lòng bão tố vẫn,
nở hoài Hoa Tâm.

HÀ NGUYÊN DU

Công Đức Mẹ Cha

Mẹ Cha,
chính là Thánh Nhân,
Công ơn trời biển,
sinh phần thiêng liêng.

Cuống nhau,
rời khỏi mẹ hiền,
Là con vào cuộc,
truân chuyên kiếp người.

Dù con nay
tuổi mấy mươi,
Ngây thơ với mẹ,
nụ cười thương yêu.

Đời cha
 khó nhọc bao nhiêu,
Mẹ dù sương giá ,
mưa chiều quản chi.

Đời con
dẫu lắm lưu ly
Quê nhà mẹ ngóng, phút giây chẳng rời.
Nhớ con thơ dại rong chơi,
Mẹ lo quên cả tóc người hoa râm...

Mẹ ơi, mẹ là thánh nhân,
Cha luôn giữ đạo, ân cần vì con
Song thân ơi
nay đã gone
Chúng con thờ kính, công ơn sánh trời.

Dặm Dài Hư Vô

Đã như trùng lai hoán vị
Xui từ quả nghiệp oan khiên
Ta thành ngựa hoang đuối vó
Ruổi dong sa trường cuồng điên

Tình mãi mò kim biển sâu
Bạc duyên như sóng bạc đầu
Ơi em là ai đó nhỉ ?!
Cho ta thiên lý dặm dài

Như bóng chiều tàn lả lơi,
Cõi lòng theo sóng chơi vơi
Nghe đời bạc bẽo như sương
Về đâu vạn lối xa vời

Trong thế tình bạc mệnh tai ương
Ta, kẻ lữ hành tang thương
Tìm hoài trăng thơ ảo ảnh
Hỏi ai cầm nắm dây cương?

Em hỡi, làn hương ẩn khuất
Gieo vào lòng những dấu âm
Phải chăng là mộng xa xôi
Hay kiếp nợ người trăm năm ?

Chìm trong ảo ảnh đêm đen
Hồn ta như sợi tơ mềm
Quấn vào nỗi đau câm nín
Chồng lên hằn dấu chân chim

Vạn kiếp luân hồi đổi thay
Ta như đốm lửa hao gầy
Ngời lên rồi tàn trong gió
Đành ôm giấc mộng dần phai!

Bóng dáng em như sa mù
Như cánh chim vút âm u
Mặc ta bên lề chới với,
Đuổi hình như kẻ mộng du

Những nhành sương khói mong manh
Lẫn vào ánh nắng vàng hanh
Lòng xót khôn nguôi chờ đợi
Hòa trong mịt mờ lặng tanh

Hỏi trời cao ơi thấu chăng,
Một đời trót vướng tơ giăng
Thơ ta bồng bềnh lãng tử
Ru hồn ong bướm gió trăng

Em tựa ngàn sao lấp lánh
Tình xa tình vẫn lên ngôi
Mải miết ta hoài theo bước
Bóng em như mộng giữa đời

Hồn thơ em có ta không?
Hay chỉ là thoáng sương bồng?
Lời yêu * "theo tóc mơ bay"
Lạc vào nhạt nhoà mênh mông

Giọt sầu chảy ngược thời gian,
Mắt thâm quầng theo bàng hoàng
Liệu còn ai nhớ, ai mang
Hay phận duyên tựa mây ngàn ?

Giữa muôn trùng mộng xa khơi
Ta về nhặt lá vàng rơi
Gói vào thơ yêu khờ dại
Đợi ngày gió nhắn ai ơi!!

HND/ November 01/24 9h07AM

** ("Theo Tóc Mơ Bay_Nhạc: Kimchi Hoang - Lời: Hà Nguyên Du và Kimchi Hoang)*

Em Là Ánh Sáng Tái Sinh

Chừng nghe được
tiếng rên từ phiến vỡ…
Từ rong rêu
bước hoang phế truy tung

Ảo diệu giác
chiêu binh và đãi tướng
Tôi gọi tôi
về tôi phục hưng !!

Em giáng xuống
từ siêu nhiên chói rạng
Tôi biến zen tôi
bừng hạt mộng tình….

Trên đổ nát,
buồn điên xây ảo ảnh,
Mỗi bước tôi
khắc đậm nét tàn phai,

Bóng hình em,
như ngọn đuốc trong tay,
Xé toạc bóng đêm
tìm nhau khắp cõi

Giữa đen đủi
hồn tôi như lạc lối
Dưới chân mình
mặt đất cũng chông chênh

Ơi em đến
thắp lửa tình cứu rỗi
sáng ngọn nguồn
trong mắt em bình minh

Bụi thời gian
phủ mờ trên trang giấy,
Giữa tàn tro
tôi nhặt lại hình dong

Em lấp lánh
tựa giọt sương đọng lại,
Tan biến vào,
sâu thẳm cõi hư không.

Ta cùng bước,
xé đôi bầu trời rộng,
Đưa thi ca vào …
vô hạn thời gian,

Từ cõi chết,
em hóa thành sức sống,
Dẫn hồn ta
qua những bão điêu tàn **

Đường trăng mộng
mà em tôi dìu bước,
Dấu chân nhau
đưa đẩy cuốn phiêu bồng

Mặc thế thái
đổ dồn mưa xoáy lốc,
Tình đôi ta
cùng chia núi sẻ sông

Trong mắt em,
tôi tìm ra ánh sáng,
Cháy bùng lên
từ vạn kiếp thăng trầm
Em như gió
thổi hồn tôi lai láng,
Quét sạch bùn đen cho sen ướm mầm ...

Hương Chân Như

Mây vọng tưởng
trải dài bao kiếp trước,
Làn sương che
trăng thức vẫn tinh khôi.

Ta phiêu bạt
giữa lưu ly ảo giác,
Bước mê lầm,
đành bỏ lỡ kiếp người.

Phàm phu đó,
ngõ vô minh chấp niệm,
Cuộc ly tâm
ngút bóng mịt mù sương.

Dở khóc cười,
thân bụi mờ nhơ nhớp,
Tam độc đời,
nhãn thức đuổi ma vương.

Rễ tình em
bám sâu vào đất tịnh,
Gốc si mê
nở đóa tỉnh vô biên.

Thiền trong chữ …
hóa thơ thành chăn gối,
Ngát hương sen
ta say mùi chân như!

Cánh sen thơm
hé chào khai nguyên thức,
Gió thiền đưa
bóng nguyệt vào giấc mơ.

Ta cùng em
về miền không chấp ngã,
Nơi yêu thương
lắng lại giữa hư vô.

Tựa hồ trăng
soi đời ta thanh khiết,
Xóa lầm mê,
vẫy sạch bóng u hoài.

Hạt chân như
gieo đầy vào nhân thế,
Cho cuộc đời hóa vạn đóa hoa khai.

HÀ NGUYÊN DU
Oct 28 /24 / 10h35 PM

Khúc Thiền Tâm Trầm Lắng

1/ Như áng mây trôi
về nơi tĩnh lặng,
Tôi buông rơi
nhẹ bước với muộn phiền.
Trên ngõ đời
trầm lắng sắc ưu biên,
Ngộ một kiếp,
chẳng cầu chi vạn kiếp.

2/ Tôi là gió,
thổi qua miền xanh lục diệp
Mang niềm đau
hoá kiếp bụi hư không.
Ngước mắt lên,
trời xanh cao vô tận,
Lòng tịch liêu
cười nụ với mênh mông

3/ Bước truy vấn
hồn ta nào hướng tới,
Thấy dư đầy
từng hơi thở hư vô
Cõi vô thường
mở ra ngàn cánh cửa,
Để lòng tôi
yên ấm với đời thơ

4/ Tôi là lá,
rơi nhẹ vào dòng loang lỡ
Vướng bận chi
Cho hết lối trầm luân.
Trong vắng lặng
nghe lòng tan thành cát,
Một kiếp đời
gửi lại với phù vân.

5/ Sắc không sắc
lòng khẽ khàng khai lối,
Trăng soi mình,
bóng nước nhẹ nhàng trôi.
Chút hư ảo
mà ngỡ bao màu sắc,

Bước phiêu du,
tôi vọng tưởng chân trời

6/ Buông một kiếp,
ngàn kiếp này thôi vọng,
Giọt lệ đời
cũng tan gió mây bay.
Cõi trần thế
là đóa hoa tỉnh thức,
Chạm vào mình,
thấy hiện hữu nồng say.

7/ Nghe sương sớm
tan vào cơn thức giấc,
Ơi dịu lành
như cọng cỏ còn xanh.

Tôi là gió,
là mây, là hạt bụi,
Là hư không
tan giữa chốn vĩnh hằng.

8/ Mọi lầm lỗi
rơi dần trong yên ả,
Bóng trần ai
chẳng níu được tâm hồn.
Bước tôi nhẹ,
như tơ trời mỏng mảnh,
Tơ tưởng tình,
hoà với ánh trăng non

9/ Chốn nhân thế
ngời lên bao sắc thắm,
Cõi lòng ta
thanh thản tựa trăng rằm.
Mỗi sớm mai
như lời kinh vang vọng,
Tình dây dưa,
dung dưỡng kiếp thăng trầm

10/ Mưa nhớ ai
hoà mình trong tiếng lá,
Rơi khẽ khàng,
như vỗ giấc hư vô.
Tôi ngước mắt,
thấy lòng như tờ giấy
Trắng tinh khôi,
không nhuốm bụi trần đời.

11/ Trong giấc mộng,
có tình em đưa lối
Tự lòng này
đã sáng tựa hừng đông.
Trăng non nhú,
nhưng hồn ta toả rạng,
Chẳng còn phân …
đâu sắc, đâu là không.

12/ Gió cuốn nhẹ,
mọi phù hoa theo gió
Mộng đôi ta,
rồi cũng sẽ tàn phai
Chốn thinh lặng
tôi tìm nơi an trú
Đời thăng trầm,
thương quá chuyện yêu ai.

HÀ NGUYÊN DU
Oct 29 / 24 / 3: 29 PM

Mộng Ngộ Giữa Đời

Ngón nào chạm
ngưỡng ngộ minh
Khai dòng lý sự,
lung linh ru hời
Ngón nào vén
cửa giác tôi
Nhụy tình say đắm
hương phôi nhiệm màu

Giao hòa sóng gợn,
bạc đầu
Vô thường sóng sánh
sắc màu nhân sinh

Khoang lòng
khẫm mộng phiêu linh
Tai ương đổ bến,
u minh tràn bờ

Em là trăng sáng soi thơ
Tỏa đầy một khối
lờ mờ mong manh

Trăm năm nhân ngãi
chưa thành
Đợi chờ hoang phế,
giấc lành không thiêng

Mê lầm qua
những oan khiên
Tay khâu thi sử,
không liền vết đau

Một đời níu lấy đêm thâu
Rượu thi ca, ngất
nỗi sầu còn đây!!

Giọt tình rơi xuống
bàn tay
Nhẹ như ước(t)* mộng
đong đầy trần gian

Những điều
chân lý lỡ làng,
Hòa trong khói sóng
mơ màng chốn xưa

Tựa lưng vào
giấc mơ mưa
Nghe lòng vọng lại
dư thừa xót đau

Ta chờ một …
thoáng nhiệm màu
Ngộ ra đôi chút
tịch liêu trong lòng
Ngón nào
Chứng ngộ
Tay không ?
Em trăm năm đó
Xoay mòng tóc tơ!!

** "c" "t" cách chơi chữ "phối từ" (ligand) của San Phi*

Nov 07 / hai bốn / 8h05

Tôi Nở Hoa
Từ Hạt Em Gieo Khổ!!

1/
Tôi đã ngộ những thức đã thức
Tôi đã thức ... những thức đã ngộ
Tôi đã thắng cái tôi đã tôi
Tôi nở hoa từ hạt em gieo khổ!!

Tôi ngỡ ngàng trong hạt đời rơi
Tôi lạc giữa …muôn lối một trời
Gieo trong gió, hạt mơ chờ nảy lộc
Tôi là gió, còn ai là tôi?

Tôi mở …
cánh cửa lòng ra rộng ..
Nắng vàng phơi sắc trời hư không
Tôi nhặt ánh trăng từ đêm trắng
Xoay vòng theo mộng đời viễn vong.

Tôi đón nắng,
chờ giọt mưa pha sương
Trong từng giọt lệ, đẫm ngàn thương
Cánh hoa cười đậu trên cành nhớ
Khổ đau kia, tôi lạc tôi trên dường

2/
Tôi gõ nhịp ltình lên lòng đất mẹ
Đợi mùa thay sắc, ấm phận mồ côi
Tôi bắt gặp niềm vui khi lạc lõng
Cõi người ơi, tiếng hát hoài pha phôi

Tôi vẽ mộng đời trong vòng xoay trống
Mây vờn quanh theo trời đất bão giông
Tôi gieo hạt buồn trong miền cát nóng
Biển xô tan, cát ngăn hạt thành bông.

Tôi trải bước như mảnh đời du mục
Như lá lìa cành, vàng nối chờ mong
Từng nhịp nhớ hòa trong hơi thở
Khát vọng xô đời lạc giọng hư không

Tôi gom góp cả đời tôi trôi nổi
Thành dòng sông trôi hướng lặng lờ
Sông tôi chảy, biển tình ơi có đợi?
Hay chỉ là phận nước của bơ vơ!

Tôi say khướt từ chùm hương sen...
Hồi chuông vang tôi tưởng gọi tên mình...
Tôi ngước lên trời đam mê mây trắng
Trời sinh tôi là chim, sao không cành tình!?

3/
Tôi là tiếng ngân vang từ hóc núi,
Lặng lẽ trong mây, vọng mãi xa vời
Tôi bước giữa …những tầng mờ ảo,
Tìm kiếm tôi, giữa đời luân hồi.

Tôi kích cảm cho khơi dòng sông,
Nước ơi nước cuồn cuộn cuốn...ơ hờ.
Khiến tôi lép hạt tôi trong dòng vô tận,
Nên Thả diều bay theo ước mơ xuôi

Tôi thắp sáng những đêm đông lạnh,
Ánh lửa hồng hừng hực lối lao đao
Tôi tìm em qua khắp miền đau khổ
Em chỉ hiện hình trong tôi chiêm bao

Tôi núp tôi trong ẩn dụ thơ tình
Em nào biết khi em dệt chữ...
Và vô tình nào em biến thành dây tơ
Trên phiếm đàn tôi em không thể nào quá khứ!!

HÀ NGUYÊN DU

Trái Tim Bừng Nở

Rừng nhân thế
Ta như cây mùa hạ
Mơ tình em
Như giọt nước
Cam Lồ

May là ta
Có một đời thơ
Ngày nắng
Đêm mưa
Điệu đàn
Ai oán

Những con chữ
đưa đường ta
Xán lạn
Có em bên gieo nghĩa
Ơi à ơi!!

Tâm từ bi gắng giữ
Kẻo pha phôi
Khi phụ rãi ai
Nghĩ về kinh Phật

Kiếp trầm luân
Ta khóc cười
được mất…

Ngày được Vinh
Tối Nhục với ba đào!

Lưỡi nhân gian
ai biết
lưỡi gươm đao!!
khi tráo trở
ngọt ngào
sang cay đắng

Nhìn đài sen
Phật chấp tay
thiền lặng
Ta cũng nghe lòng
quán trụ …
với yêu thương

Thuyền chòng chành
Qua sóng cả
nhiễu nhương
Ta đuối ngộp với
tích tuồng nhân thế

Đời thơ ta
Khác gì
câu chuyện kể
Cũng ỉ ôi
Cũng nước mắt lưng tròng

Cũng từ em
Cũng sắc sắc
không không
Cũng trái tim khô
Thiếu tình em
chiu chắt!

Ta kiết già
Ta tâm thiền
quán Phật
Tâm linh ơi
Thức ngộ
với ta bà..!!

Nhánh tình yêu
Ta trổ …
một chùm hoa

Trăng chánh niệm
Sáng lòa chân tiến bước

HÀ NGUYÊN DU
Oct 30 /24 10:54 AM

Mẹ Ơi! Mẹ Bất Tử Trong Con

1/ Má tôi và Cây Khế ngọt
Đong đưa chiếc võng sớm chiều
Con chó vàng nằm sủa khách
Mắt mẹ thoáng đăm chiêu.

2/ Ngày trôi ơi nhanh quá.
Da Má nhiều nếp nhăn
Tóc Má giờ trắng toát
Thằng Út lo nhọc nhằn….

3/ Cây khế ngọt bao mùa đơm trái,
Mùi hương xưa vương nặng hồn quê,
Má buồn thương bầy con xa xứ
Mắt nhìn xa, theo bóng chim về.

4/ Ngày lặng lẽ ôm niềm đau thế sự
Thêm bao mùa con vắng về thăm,
Bóng Má gầy chòng chành nắng đổ,
Màu thời gian nhuộm mái tóc râm.

5/ Thằng Út dậy sớm lo vào bếp,
Sợ Má buồn nhớ ngóng con xa,
Mỗi lần con về, Má mừng vô kể
Má buồn luôn nhắc đến Ba….

6/ Nhớ những ngày mưa rơi hiên nhỏ,
Lòng Má buồn trĩu nặng ngày qua,
Câu chuyện cũ vẫn thường kể lại,
Hồn Ba đâu đó, như quanh nhà.

7/ Đêm khuya lạnh, Má ngồi thầm gọi,
Giấc mơ xưa trải giữa khung trời,
Đôi tay Má sần sùi bao ngón
Một đời Má khổ mãi không rời.

8/ Nay con cũng già theo đời viễn xứ
Chỉ ước mong về lại bên thềm,
Mùi hương bếp, nụ cười Má nở,
Và nghe Má kể chuyện êm đềm.

9/ Trời ơi! bệnh dạ dày cứ hành thân Má
Bênh viện bao phen Má vào ra
Con về con tức tốc vào thăm
Má luôn nhắc nhớ chuyện sửa nhà…

10/ Đời vô thường Má luôn giữ đạo
Mười ngày ăn chay Má mãi siêng năng
Ơi chiến tranh làm chân Má bị đạn!!
Vết xẹo hằn bên chân phải rõ ràng

11/ Nhang đèn sớm hôm Má thắp
Thằng Út lo chạy tất tả bên ngoài
Tối về là tôi nhào vô bếp
Lo từng bát cháo chén cơm

12/Má thương yêu, con thương Má ngất trời
Nhờ có phone, má con mình ấm áp,
Ba mươi năm con lần về bên Má
Vậy mà lần này, vĩnh biệt Má trời ơi!

13/ Mùng năm tháng bảy, trời như sập!
Má đi rồi, thương bầy con cúc côi!
Lệ khóc Má khác gì như biển
Như mưa dầm, vọng tiếng gọi: Má ơi!

14/ Giờ nơi xa, Má về cõi tịnh...
Đền tim con thờ phượng Má uy nghiêm
Gió thoảng tháng năm như lời Má dặn,
Con ơi, đạo người hãy giữ đừng quên!

Mộng Lưu Ly

Mây vọng tưởng
rèm che trăng thức ngộ
Bước mê lầm ảo giác động lưu ly

Phàm phu đó nhớp nhơ chừa bao nẻo
Cuộc ly tâm
Ta như dở khóc cười
Sóng nhãn thức xua dần đi tam độc
Rể tình em bám chặt đất tinh si

Thiền con chữ hóa thơ nên chăn gối
Ta cùng em đưa mũi ngửi hương

Mây vọng tưởng,
Hòa tan theo ánh sáng.
Bóng trăng rọi, soi ngời cơn thức giác
Nhẹ xua tan ảo mộng phủ xuân thì

Chùm mê hoặc
Chạm vào thềm chân lý,
Rẽ lối yêu, rẽ nẻo đến vô vi.
Lòng thanh tịnh, từng vết thương thôi nhớp,
Nhãn thức liên hoàn xua đẩy hết sân si.

Phàm phu đó,
Có còn lem ký ức?
Cuộc ly tâm đã hóa giải điều chi?
Chỉ còn ta, vẹn nguyên cùng vũ trụ,
Rễ tình em bám mãi đất thơ đi.

Mơ chăn gối,
Hóa từ lời thiền chữ.
Thơ và em, hòa quyện giữa xuân thì.
Ta ôm ấp hương nồng nơi đầu ngón,
Kiếp phù vân, em vẫn ngát nhụy đam mê

Thiền con chữ,
Hóa thành đôi cánh nhỏ,
Bay lưng trời tìm chút ánh xuân đi.
Em tỏa sáng giữa mây ngàn xa thẳm,
Ta lạc vào bến đỗ chẳng hồi quy.

Hương đêm ấy,
Thoảng mùi thơm cỏ dại,
Cánh đồng mơ vẽ nét lụa diệu kỳ.
Ta và em, tựa như hồn sơ ngộ,
Vượt lên trên đời khốn chữ biệt ly.

Rượu chát đắng,
Nay ngọt nơi đầu lưỡi,
Gió tình em uyên mộng thổi mây bay.
Tưởng cầm tay, bước vào miền tịch lặng,
Nghe tim ta cảm ngộ thức đêm dài.

Mặt hồ biếc,
Lung linh còn sóng động,
Phản chiếu trời, phản chiếu cả lòng ai.
Ta và em, trong thơ là bất tận,
Cõi niết bàn đâu chỉ chốn xa xôi.

Rễ tình ấy,
Bám sâu vào đất giác,
Tựa như cây, kết trái ngọt luân hồi.
Em là gió, là mạch ngầm thanh tịnh,
Ta là trăng, rọi sáng những dòng đời.

Mộng lưu ly,
Hóa thành dòng thiền chảy,
Nhẹ đưa ta qua chốn cát bụi mờ.
Bóng phàm tục, giờ đâu còn níu bước,
Chỉ còn em, tự tại giữa vần thơ.

Thơ là gối,
Nâng ta vào cõi mộng,
Dẫn hồn say về bến đỗ nguyên sơ.
Nghe từng chữ, từng âm vang chân ngã,
Hồn lặng yên, hóa giải những ơ hờ.

Cõi tâm thức,
Giọt sương tình trên lá,
Đợi nắng lên tan giữa cõi vô thường.
Ta ngồi đó, bên em và thi tứ,
Ngửi thời gian phai nhạt mộng đoạn trường đời

HÀ NGUYÊN DU
Nov 21 hai bốn / 10h15 AM

Vòng Quay Một Chòm Sao…(1)

Nơi ta bắt đầu ơi, cũng là nơi ta kết thúc,
Từng bước chân ta xoay mãi theo vòng tròn.
Quay theo quỹ đạo xám, và tiếng thở dài note lặng,
Một vòng quay cuộc người, thoáng chốc rồi tan.

Sống là mơ, là giấc mơ thăng hoa sự thật,
Là sự hồi cư trở về cát bụi phù trầm,
Bụi hồng nhơ trên đôi cánh vô thường,
Ta lại bước, nơi ta bắt đầu... và kết thúc.

Tình trái oan là tình khổ đau !!
Khiến nhánh hạ cũng phải đâm chồi non
Ơi những lá biếc ung dung chào gió Xuân
Hy vọng tôi như cội mai vàng “đúng giờ hoa nở”

Đúng với cảm sóng giao hợp nên Milky way…
Cho long lanh dòng Thi ca phát huệ ân sũng!
Phúc lành ấy như cơn mưa đáp tạ rừng cây
May thay những cây trời sinh ra để trổ hoa

Hoa của hương nhuỵ đẩy lùi tà sóng nhiễu nhương
Sóng vô thức khuynh đảo cả em và tôi và…
Phủ rộp vô mình như rèm mây che trăng chân như
Ơi lẽ thật như ta và em có bàn tay Huyền diệu

Là mười ngón tâm linh thêu tơ dệt thắm
Sợi thi ca nào ta hoàn thiện bức tranh tình yêu ??
Em hãy nói gì đi về bước chân chứng ngộ?
Để ta truyền thông điệp này vào tuyển thi…
Tuyển thi ***“ Hoa Rơi Tỉnh Thức*** “ một chòm sao!!

HND / mười một không bảy hai bốn / 6h54AM

Vòng Quay Một Chòm Sao…(2)

Ngày càng xa cảnh hạnh ngộ tương thân
Cảnh ấm hơn ánh dương ngày đông giá
Độ lạnh nào cũng tan khi môi em xinh
Xinh như đóa hồng đang nở bên hiên nhà
Một mái hiên có chiếc võng đong đưa
Khiến anh mơ về bên em cùng lắc lư
Cảm giác thiên thai ấy bao giờ ta có
Ơi duyên phận sao mà tơ nhện vương ?
Những giăng mắc lũ ngợm tà đạo kia
Không thể nào vướng chân thức ngộ ta
Khi bước ta luôn nhịp theo hành khúc ấy
Một hành khúc của bình minh thăng hoa

Ngày tháng qua, dấu chân thời gian mờ dần
Nắng còn rực trên đường xa vạn dặm
Mỗi bước chúng ta đi lại gần hơn hy vọng
Những bước chân chạm đất, vang mãi trong lòng
Ta không biết rồi sẽ đến đâu
Nhưng ta biết, từng bước là tình yêu sâu
Tình ấy vững như ánh bình minh thăng hoa
Trong vòng đời, nhịp bước, ta lại gặp ta
Thời gian trôi, dòng sông chảy vô hình
Ta vẫn mãi nhịp bước trên bờ tử sinh
Từng khắc giây , tình yêu ta còn mãi
Từng khắc, từng khắc lòng ta lại tìm về
Gió ngàn xưa thổi qua vòng dấu yêu
Vòng tay mở đón xuân về rạng rỡ
Mái hiên nhà vẫn dịu dàng chờ đợi
Nơi ấm áp, nơi duyên kiếp đã an bài
Cuộc đời ta, như vòng tròn bất tận
Chẳng hề ngưng trong dòng chảy thanh xuân.
Mỗi khoảnh khắc là tình khúc ca vang,
Ta đi, gặp lại chính mình… chòm sao ánh sáng.

Duyên Và Ngã

1/ Đóa sen luôn ngẩn cao
đầu như đóa hướng dương hướng thẳng
lên mặt trời lộng lẫy...

2/ Nhăng cuội vẫn đồng cảm
với đầm bùn dưới chùm lá hoa
vô ưu và miễn nhiễm

3/ Ngày mai là ngày không
hẹn chữ duyên như luật ắt có
và đủ để gặp nhau…

4/ Động lực sẽ biến khi
men và năng lượng em lơ lơ
là là ta phôi pha!!

5/ Biển động Evil-doers
làm ta không buông xuôi mà yêu
người hơn yêu người hơn

6/ Sáng bến bãi hắt hiu
buồn vãng lai chim chóc bướm hoa
Chắc vì em thất hẹn

7/Thế nào là ta biết ta
Để phung phí tố chất vô nghĩa
Em quyền năng cung tơ

8/ Ờ! Lực khiển phương giác
Trái tim vâng lời vượt tuyến tính
Chữ yêu siêu quyền năng

9/ Thời bút mực sang thời
bàn phím mạng xã mạng hội tung
tác thượng hạ vàng cuội!!

10/ Chính cái ngã to khiến
cái đầu nhỏ và cái mặt đã
bắt được cái hình dong

Hà Nguyên Du
Oct 16 /24

Tiếng Vọng Núi Đồi

Hiểu là tôi núi đồi tôi khe lũng
Lũng khe theo dòng suối ôm eo rừng
Cây cối bạt ngàn hoa cỏ xanh um
Với khúc hát chim trời không gian không tuổi
Hiểu là tôi như mây mù bay quấn núi
Như váy sương phủ kín hết lưng đồi
Như suối dương cầm, róc rách giọng ca tôi
Ngàn xanh biếc, ôm vào lòng huyễn mộng

Hiểu là tôi hoàng hôn hắt hiu lạc giọng
Thu trải vàng, hồ gợn sóng lung linh
Ơi tiếng gió ru qua tàn lá mỏng
Lòng xôn xao, ngỡ mi chớp mắt em xinh
Hiểu là tôi sắc xuân trong trời xanh thắm
Mùa yêu thương dệt cánh bướm bay về
Cùng trăng lưu ly, soi sáng khắp làng quê
Tôi hòa nhịp với muôn trùng nhựa sống

Hiểu là tôi như đêm hè buồn lẻ bóng
Nhưng không cô đơn, vì em như chùm sao
Sao nhấp nháy, lung linh trên trời cao
Rọi ánh sáng vào miền mơ ta diệu vợi
Hiểu là tôi như cánh chim bay vút tới
Bay lưng trời, phiêu bạt lướt hoang vu
Lướt như đàn tôi, giai điệu lướt phiêu du
Ngân vang mãi, giữa trùng khơi sóng biếc

Hiểu là tôi từng tia nắng trời bất diệt
Luôn bình minh, hồng rực cánh phiêu bồng
Gieo tin yêu khắp nương đồi sông suối
Thổn thức nào, hơi thở cũng nồng say
Hiểu là tôi cùng thời gian bất tận
Như dòng sông ôm trọn bóng trăng ngàn
Trôi thênh thang khắp bến bờ chung thủy
Hòa tan hoà tan, tôi và em miên man…

Ly Rượu Đời

Ly mừng có rượu
cho vào
Có môi hồng nhấm
Cụng nhau vui vầy

Đồng sàn
Dị mộng
Tàn phai
Mặc cho thế sự
Cuồng quay thú người

Ly mừng có rượu
thêm lời
Rót vào ý đẹp
Lòng người gặp nhau

Ngồi đây, ly cụng lời trao
Tôi tôi
Bạn bạn
Lao đao cuộc người

Rõ ràng
Như sương pha phôi
Như cây thay lá
Sinh sôi vụt tàn

Ta về
Ngửi hương trầm nhang
Sân si tạo nghiệp
Tro tàn sắc không

Một thời
Chí khí
Oai phong
Đì đùng tuồng tích
Dưng không kéo màn

Biến ta
tay trắng cơ hàn
Đầy vơi
Suối lệ
Nhọc nhằn ly hương

Hương Sen Bất Diệt

1/
Hai đôi mắt ta nhìn không khác hướng
Vẫn chung nhau qua một tuyến tình
Tia huệ nhãn, rõ đâu là ... phát tiết
Của bùn đen và của nụ hoa sen

Sen kiêu hãnh, là hương và cánh mềm
Ơi! nhụy phong kín bi dũng, là nhụy vàng

Cái ngã với cái còn và cái mất
Cái hư vô ...
Của cái phù trầm
Cớ gì em lại quan tâm
Cớ gì ta thường thấm đẫm

Cái ngã cái còn và cái mất
cái vơi đầy cùng cái bơ vơ
Ảo ảnh lao xao như sóng vỗ bờ
Nhưng lòng sen ...
vẫn giữ nguyên sinh vẫn nở
Một tinh khôi vượt thoát cả bùn nhơ

Em có nghe từng giọt nắng rơi đây
Thành viên ngọc lăn dài trên phiến lá
Như lời ta…
những thanh âm nghiêng ngả
Màu nhiệm nào tan chảy giữa hư không
Ta nhìn em,
đôi mắt chẳng hoài mong

2/
Nhưng đủ biết cả đất trời ẩn giấu
Trong nhụy vàng,
trong những điều rất thấu
Một giấc mơ,
là tất cả chúng mình.

Cánh sen nở,
như lòng ta lần mở ...
Trải mềm hương,
như em dịu dàng

Gió vô thường,
xao động trăng nghiêng
nghiêng soi sáng xuyên qua làn mắt biếc
Trời, đất lặng im, chở nặng bước chân tình

Em có thấy,
thời gian hóa nhẹ tênh
Trong cõi nhớ, trong từng hồi ức mới
Ta chạm đến, những vô ngôn lạnh nguội
Nơi sắc không hòa nhịp điệu âm thầm.

Ta đứng đây, giữa lặng lẽ vô âm
Cảm xúc ươm mầm theo từng hồi đất thở
Sen bừng nở,
nhưng không hề phô rạng rỡ
Mà tựa như giữ lại ...
vầng trăng thơ

3/
Vầng trăng sáng,
cái vĩnh hằng tỏa rạng
Những nụ tình ...
chưa hé sẽ lừng thơm

Cái hữu hạn,
cái bao la thì ẩn hiện
Hóa vô thường
từng nhánh mộng luôn đơm

Em thử hỏi,
vì sao trời xanh mãi?
Phải vì mây …
không cố giữ riêng mình

Như tình ta,
dù bọt sóng vây quanh
Vẫn lóe như bình minh
bởi nguồn cơn hưng phấn

Rồi mai đây,
trên con đường vô tận
Có còn chăng,
dấu chân em xưa?

Nhưng hương sen,
chắc không hề tan biến
Dẫu tháng năm rơi vì ... bi nắng
... lụy mưa!!

HND/ Nov 21/24 10h50 PM

Lẽ Duyên Trời Ban

Cớ chi cây mọc giữa rừng
Cớ chi người được ăn mừng sinh ra
Một làm củi
Một trổ hoa
Củi cho bếp lửa
Hoa ra trái vàng

Ta bình tỉnh
Chớ hoang mang
Trời sinh muôn vật
Có ngàn cớ duyên
Cớ chi sông chảy về nguồn
Cớ chi gió lộng làm buồn mây trôi

Một làm nước tưới ngàn khơi
Một gieo mát mẻ cho đời thanh tao
Đừng day dứt những xôn xao
Trời sinh vạn vật lẽ nào bỏ quên

Nên chi cũng
Sống hết tình
Cũng build up ngã
Trọn tâm vẹn lòng tâm

Nên chi cũng sống tận cùng
Dẫu là trổ nụ hay bừng lửa thiêng
Giữ tâm giữa cõi ưu phiền
Nhẹ lòng như gió,
an nhiên cõi trần

Dẫu đời nghiêng ngả đôi lần
Biết đâu ngọn cỏ

cũng cần sương non
Những gì tưởng mất, lại còn
Những gì tưởng khổ,
lại tròn phúc duyên

Nên chi ta chớ ưu phiền
Hữu duyên gặp gỡ,
lòng yên lẽ thường
Như mưa đổ xuống giọt thương
Nuôi mầm đất mẹ,
dặm trường hóa xuân

Giữ tâm sáng, giữa phù vân
Trải lòng như lá, đón ngần ấy yêu
Chẳng cầu đẹp nắng tươi chiều
Xua tan bóng tối, sao siêu tỏa vàng

Đời như dòng chảy miên man
Cuốn qua mọi ngã, muôn ngàn lối quen
Cỏ cây dù nhỏ nhoi hèn
Cũng sinh cũng sống khắp miền như ai

Cớ chi buồn những tàn phai
Xuân đi để hạ vẫy tay đón mừng
Tựa sen nở giữa lầy bùn
Vẫn thơm nguyên vẹn,
ngát cùng hương trinh

Người ơi, giữ vững niềm tin
Dẫu cho bão tố, nặng hình bóng đau
Mỗi ngày là một phép màu
Chỉ cần ta sống, tâm sâu nhẹ nhàng

HÀ NGUYÊN DU
Nov 25 / hai bốn

TIỂU LỤC THÂN PHONG

TIỂU LỤC THẦN PHONG

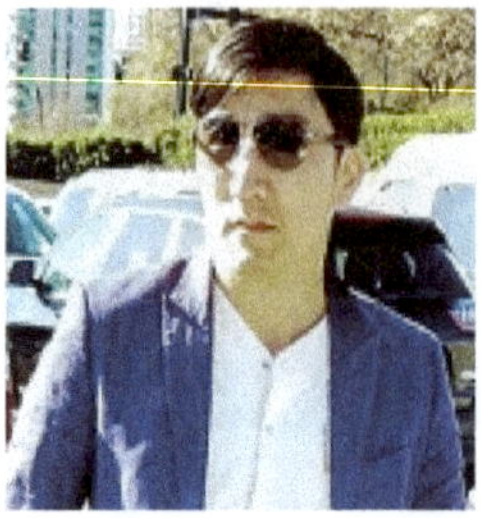

Nguyễn Thanh Hiền

Bút danh: Tiểu Lục Thần Phong, Du Tâm Lãng Tử, Hiền Nguyễn, Thanh Nguyễn, Đồng Thiện và Steven N

Sinh nhật: 1971

Hiện đang sống: **Georgia**

Viết bài thường xuyên cho: Chánh Pháp, Việt Báo, Thư Viện Hoa Sen, Trẻ, Ngôn ngữ, T-vấn, Văn chương Việt, Quán văn, All Poetry, New Viet Art, Thư Viện Phật Việt, Rộng Mở Tâm Hồn, Quảng Đức, Hoa Vô Ưu...

Tác phẩm đã in:

Giữa Con Đường Với Vết Trầm (thơ), Mộng Trùng Hoa (thơ), Em Vẫn Là Nỗi Đau Đời (thơ), Hoa Đào Năm Ấy (văn), Hạc Cầm (thơ), Kể Chuyện Mà Chơi (tập truyện), Chỉ Có Con Đường Đó Mà Thôi (văn), Mộ Hoa (thơ), Kìa Trúc Biếc Hoa Vàng (thơ), thơ tiếng Anh Silentspark – volume 3(E.book), Nặng Tợ Nghìn Cân (tập truyện), Có Ngờ Gì Không (ebook), Nặng Tợ Nghìn cân (tập truyện)

Tác phẩm in chung: Chánh Niệm Trong Đời Thường (văn), Tình Nghĩa Mẹ Cha (tuyển thơ), Thơ Tình Mùa Xuân (tuyển thơ), Thơ Tình Quê Hương (tuyển thơ), Thơ Tình Mùa Thu (tuyển thơ), Truyện ngắn chọn lọc (2023 – Nhân Ảnh), Dreaming of Ink (thơ tiếng Anh)

Tác phẩm chưa in: Theo Em Vào Giữa Giáo Đường, Việt Sử Ca, Chuyện Cũ Phù Dung Trấn (truyện dài), Hạc Hoa Thành, Bá Hộ Làng Cảnh Dương(tập truyện), truyện ngắn, Mãi Thôi Ở Giữa Con Đường, Khúc Trường Ca Hoa…, Ngày Tháng Năm Này (tùy bút, đang in bởi nxb Ananda

Hiền Sĩ

Áo lam phơ phất trường sơn
Thân gầy gậy trúc cô đơn độc hành
Sậy lau đôi mắt tinh anh
Sống đời ly viễn mà thành đạo sư

Nói lời pháp lạc chơn như
Pháp hành pháp học kể từ Thế Tôn
Chí tâm thân giáo chơn ngôn
Già lam dựng lập bảo tồn thanh quy

Tâm từ đức hạnh đại bi
Dấn thân lo liệu cũng vì nước non
Thương hàng tứ chúng như con
Loạn ly hung hiểm hãy còn minh sư

Trọn tình nhiệt huyết tâm thư
Đánh thức đồ chúng khư khư tấc lòng
Ngục tù hình án vướng vòng
Truyền thừa giáo hội quyết không phụ người

Phục quang Phật Việt sáng ngời
Hội đồng lưỡng viện một lời đinh ninh
Tuệ sư viết sách dịch kinh
Sĩ hiền lập lại lịch trình năm xưa

Sư vương bản lãnh có thừa
Con thuyền giáo hội quyết đưa đến cùng
Ởđời muôn sự của chung
Sá gì ngôi vị trùng trùng hiểm nguy

Kim cang bất hoại chẳng suy
Tinh thần vô úy vẫn đi một đường
Định tâm bậc đại tượng vương
Tòng lâm thạch trụ xem thường lợi danh

Cung đàn trác tuyệt âm thanh
Câu thơ "mắt biếc"* long lanh giữa dòng
Hiền nhân tự tại thong dong
"Khung trời hội cũ"* vàng trong cõi này

Chỉ vì quốc vận lung lay
Hòa cùng pháp vận nên thầy dấn thân
Tấm lòng vì nước vì dân
Ông tăng xuất sĩ tinh thần trượng phu

Thiền am cho chí ngục tù
Đạo tràng của bậc chân tu thực hành
Kính thầy rất mực tâm thành
Ngưỡng ngài một bậc thiện lành tôn sư

Tiểu Lục Thần Phong
Ất Lăng thành, 0923
(*) chữ của thầy

Lời Xuất Ra Thống Thiết

Chưa diện kiến cũng chưa từng giao tiếp
Ngỡ thầy trò từ muôn kiếp xa xưa
Người lên đường đại chúng mãi ngủ trưa
Chống gậy trúc đội nắng mưa dấn bước

Giữa ly loạn vẫn trang nghiêm mực thước
Tô vàng son áo xống buộc ràng nhau
Ngỡ hoằng dương nào thấu tận cơn đau
Ngày tối sầm đêm bạc màu máu dựng

Địa ngục mở ma vương đà giả chứng
Suối nguồn khô mắt ráo hoảnh rưng rưng
Người và quỷ say vũ điệu thậm xưng
Mang hài cỏ đạp núi rừng nam Việt

Đêmtrường sơn sao trời thay mắt biếc
Ngày cô thần chấp bút viết trường ca
Vạt áo nâu lồng lộng bóng sơn hà
Bậc thượng sĩ chăm luống cà chớm nụ

Cuộc lữ thứ trớ trêu trò du thủ
Thầy tọa thiền kiết giới giữa ngục tù
Pháp thời mạt quốc vận thậm âm u
Chống tích trượng dấn thân sư dựng lập

Dòng tượng vương tuyên lời Duy Ma Cật
Ngồi an nhiên mật thất bậc du già
Lòng quan hoài pháp vận những xót xa
Thư tâm huyết lời xuất ra thống thiết

Thương dân nước đâu thấy mình chịu thiệt
Tấm thân gầy gánh vác việc giang san
Mịt mù mây âm hưởng một cung đàn
Rừng đã cháy gầm vang sư tử hống

Không quản ngại tận thân tâm gióng trống
Đất trời lay hoa rải ngập hư không
Ngài hiện thân của minh triết phương đông
Như bàn thạch giữa gió giông hung hiểm

Nhìn tranh đoạt mà thương thay cười mỉm
Pháp lữ suy sao hiểu được tim Người
Danh vọng kia và lợi dưỡng của đời
Tợ dép rách uổng cho lời thiện xảo

Ngôi pháp chủ cũng chỉ là danh hão
Có chi đâu đồng đạo phải lao đao
Ngài vì pháp nào phải vị ngôi cao
Thời thế thế biết nói sao cho tỏ

Nối tục diệm giữ truyền đăng chư tổ
Tiếc thay người mê mải cố vô minh
Thị Ngạn am sấm sét giữ lặng thinh
Chí vững chắc lòng trung trinh kiên định

Vi diệu pháp truyền trao hàng thính chúng
Chữ của thầy là tuyệt tác viên dung
Huệ mãn khai với nghệ thuật hòa chung
Thượng cúng dường hạ chúng sanh phụng sự

Thân lau sậy mà linh hồn sư tử
Cười hiền từ bậc du sĩ tượng vương
Mắt ngưng thần thấu suốt tận mười phương
Giữ đuốc sáng trên con đường hoằng hóa

Đêmnguyệt tận mạn thù sa trắng xóa
Khúc hạc cầm chấp chới mãn thiên hoa
Từ cao nguyên đất đỏ cội thông già
Hương giới đức khắp gần xa lan tỏa

Khí Độ Trượng Phu

Thầy đã lên đường tự thuở nao
Nhiệt tâm dốc sức để truyền trao
Chánh pháp duy trì nơi cõi tạm
Thân gầy trụ vững chẳng suy hao

Sâu đời mạt pháp lắm thương đau
Tà sư tham chính vẽ bôi màu
Áo lam lụy phải trò danh lợi
Nên nỗi cà sa chợt đỏ au

Đồng đạo phân chia chuyện thị phi
Lục hòa quên béng kể từ khi
Mavương thắng thế bày ra cuộc
Nội tình pháp lữ thậm lâm li

Đời khổ đau nhiều đạo lại suy
Vô thường thay đổi đoạn phân kỳ
Tánh không các pháp luôn là thế
Vô ngã thật như nhớ khắc ghi

Sắc- không tâm đắc thuộc lòng rồi
Phước- họa vẫn xoay mãi chẳng thôi
Đọa- thăng bất định mà trôi nổi
Chỉ chấp ngôn từ, khổ uổng công

Thích tử thực tu buông cả xuống
Đêmtàn còn sót ánh trăng suông
Tên trộm vô tình quên, để lại
Bậu cửa thiền môn mãi sáng luôn

Thầy đã lên đường không ngoái lại
Mặc cho mưa bão có dông dài
Khí độ trượng phu nào có ngại
Từ bi, trí tuệ vẹn toàn hai

Bát nhã láng lai tâm trí sáng
Tứ đại sa môn chứa vạn trang
Ngòi bút chảy tràn chân thật ngữ
Đạo, đời phụng sự tự tâm can

Nước loạn dân oan đạo ngả nghiêng
Ra tay chèo chống lái con thuyền
Vượt qua ghềnh thác và dông tố
Tâm nguyện đưa về chỗ tịnh yên

Hộ quốc hộ dân qua tháng năm
Tâm tư trong sáng tợ trăng rằm
Nước non cố quận không hề phụ
Thiên hạ bao người giữ trọn tâm

Trung đạo con đường Phật mở ra
Thiên nhân muôn loại cõi Sa Bà
Y giáo phụng hành nên nhập đạo
Tín tâm cần có cả công phu

Phúc nước còn đây bậc chân tu
Thầy thay sư phụ nối chơn truyền
Hộ pháp giữ gìn cơ nghiệp cũ
Hùng tâm lý rõ sự trung kiên

Mắt sáng như sao nụ cười hiền
Thân gầy lau sậy huệ vô biên
Viết sách dịch kinh truyền dạy chúng
Độc hành tinh tấn phụng nhơn thiên

Thiền thất đồi thông giữa núi rừng
Bóng thầy dáng dấp cuộc trùng hưng
Đạo pháp xương long dân tộc vững
Sử sách xưa nay cũng đã từng

Độc Hành Ly Viễn

Đất lệch cơ đồ đổ ngã nghiêng
Bao nhiêu oan uổng với ưu phiền
Sinh lộ cùng đường duyên tắc biến
Muôn vạn người đi biển máu loang

Phải buổi gian nguy biết đá vàng
Tinh thần vô úy chí bền gan
Từ bi chan chứa bao dung chúng
Chịu trận hồng phong phụng pháp tràng

Áo vải hài rơm giữ pháp hành
Tấc lòng tha thiết độ nhơn sanh
Gậy trúc trường sơn dường thạch trụ
Hải Đức thiền môn đủ chí thành

Hỏa hận tràn lan họa hiểm hung
Nhân tâm ly tán thậm mông lung
Tăng tục đôi đàng đầy ách nạn
Đạo đời hai nẻo hạn nghiệp chung

Thầy chẳng ra đi vì đại chúng
Cầmtrượng đương thân đấng đại hùng
Chí lớn mưu đồ cơ phục hoạt
Ngục tù hình án vẫn ung dung

Núi dựng rừng xanh bóng áo già
Độc hành ly viễn khúc trường ca
Cung đàn cao xướng ai tòng hướng
Du sĩ không nhà đường thẳm xa

Khí phách ẩn tàng thân sậy lau
Cất lời tâm huyết dậy cơn đau
Quốc độ, dân sinh cùng đạo cả
Tiếc thay pháp lữ đã phai màu

Trí huệ thậm thâm rất nhiệm mầu
Đồng đạo bao người hiểu được đâu
Long tượng tòng lâm đâu vị tướng
Chỉ vì cơ nghiệp xướng thệ sâu

Đạo pháp xương long dân tộc hưng
Lê, Lý, Trần, Lê… cũng đã từng
Thiền sư hộ quốc còn ghi chứng
Sử sách ngàn thu xưng tán danh

Đôi mắt tinh anh thấu nhiễu nhương
Giương cao đuốc tuệ giữa đêm trường
Lời tâm huyết gọi trùng quang ấn
Truyền thừa chánh pháp tận hoằng dương

Viết sách dịch kinh vẫn miệt mài
Bản hoài chí nguyện chẳng hề phai
Vô ngã dấn thân hành hoạt xử
Xứng danh trưởng tử sứ Như Lai

Tượng Vương Bản Thể

Vỗ đôi cánh hạc phong trần
Đất trời khoáng đạt thanh tân lạ thường
Tấu lên khúc nhạc cúng dường
Thế Tôn cùng với mười phương Phật đà
Thanh âm một cõi Sa Bà
Ba ngàn thế giới cũng là tại tâm
Nước non chung một cung trầm
Máu sa lệ sót những lầm than đau
Dấn thân mưa gió dãi dầu
Đạp rừng lửa cháy đội đầu gian nan
Cất lời tâm huyết ruột gan
Duy trì chánh pháp phục quang ấn truyền
Ra tay lèo lái con thuyền
Đạo pháp dân tộc gắn liền Phật môn
Hằng tâm nhiệt huyết bảo tồn
Dịch kinh viết sách tâm hồn thăng hoa
Đêmtrường Thị Ngạn sáng lòa
Núi đồi nảy nở một tòa sen xanh
Từ bi, trí dũng tinh anh
Tinh thần vô úy mà thành đạo sư
Lời lời trác tuyệt chơn như
Đạo đời phụng sự đại từ Phật tâm
Trải qua thế sự thăng trầm
Độc hành chẳng ngại tháng năm giữ gìn
Trí huệ bát nhã tâm kinh
Tượng vương bản thể mang hình sậy lau
Phước phần còn có về sau
Trùng hưng Phật đạo bền lâu với đời
Trượng phu đứng giữa đất trời
Tòng lâm thạnh trụ cho người dựa nương
Đức hạnh ngược gió tỏa hương
Nước non một dải vô thường thịnh- Suy

Bóng Ngã Trường Sơn

Sanh tử bì lao có nhớ chăng
Người trong cuộc lữ vẫn tung tăng
Tranh danh đoạt lợi hòng mưu sự
Vọng tưởng đời đây cứ vĩnh hằng

Một tí làn hơi rất nhỏ nhoi
Không vào ra nữa kể như rồi
Xuôi tay một phát là rơi sạch
Còn có nơi nào anh với tôi

Thọ ấn truyền thừa chẳng vị ngôi
Vì chưng cơ nghiệp chẳng đành thôi
Pháp lữ mê vui trường hí kịch
Trăng vào thiền thất nghịch dòng trôi

Một mảnh giang san cá cược chơi
Thay ngôi đổi chủ biện bao lời
Thầy về núi cả ngồi yên đó
Mắt tợ sao khuê tỏ giữa đời

Cánh hạc cung trời cao thẳm xa
Tiếng kêu đồng vọng khắp sơn hà
Tăng tục ai người tâm đế thính
Phục quang trùng ấn lịch trình ca

Cơ nghiệp Như Lai dẫu có suy
Tùy thời tùy lúc chẳng hề chi
Người sai chứ pháp hằng như thị
Thầy vẫn trung trinh chí khí bền

Nhạc khúc vô thường vẫn tấu lên
Lạ lùng vạn pháp vốn không tên
Màsao lay động lòng ly viễn
Pháp vận vô can chuyện miếu đền

Rừng cháy vô hồi lửa tàn đêm
Nền xưa còn đỏ máu loang thềm
Đồng xanh xương trắng tràn lau sậy
Quốc vận thịnh suy cậy chửa quên

Bóng ngã trường sơn dáng tượng vương
Độc hành cất bước giữa đêm trường
Tiếng hống sư vương rền thập xứ
Mặc đời giông tố cứ hoằng dương

Đuốc Tuệ soi đường Thị Ngạn am
Du Sĩ nào e sự khổ kham
Thạch trụ giữa giòng ngăn nước lũ
Tòng lâm khẳng khái trụ phương nam

Đan Tâm

Đêm tàn rơi ngày nắng mới đang lên
Thầy ngồi đó khúc dương cầm tuyệt kỹ
Cao trường sơn nhiệt huyết hồn tráng khí
Rộng hải hà lòng xuất sĩ thanh an

Đêmđộc hành âm hưởng môt cung đàn
Trong thiền thất cây đèn cầy tỏa sáng
Vung ngọn bút hóa vần thơ hào sảng
Thềm xanh rêu muôn vạn ánh sao lay

Đêmtrăng vàng hạc trắng soải cánh bay
Thầy ly viễn kể từ ngày xuất xử
Mắt sáng sâu mỉm cười nhìn lữ thứ
Giữa điêu tàn một mực giữ đan tâm

Đêmhồng hoang dấn bước thật thâm trầm
Địa ngục mở quỷ ca hàm huyết ẩm
Ngai vàng cao nhuộm máu đào đỏ thẫm
Thị Ngạn am nguồn mạch ấm tàn khuya

Đêmly loạn lòng người lắm chẻ chia
Bậc du sĩ chẳng hề lìa tứ chúng
Tâm từ bi vô hình mà diệu dụng
Ngày bạo tàn không nao núng sư vương

Đêm lửa rừng thiêu rụi cả đàn hương
Thánh thần đau nỗi cùng đường nghiệt lộ
Người tuyệt vọng khóc thầm trong huyệt mộ
Thầy lên đường thôi nhịp mõ vô tri

Đêm sanh tử đại tượng định an đi
Chẳng ngại chi thanh quy môn pháp phái
Tâm độ sanh là Phật tâm vĩ đại
Có luật nào lại ngăn ngại hiền nhân

Đêmđạo tràng thầy phụng hiến thanh tân
Dòng Phật Việt thêm một lần khởi sắc
Đất trời rộng dựng chi rào nam bắc
Rỗng rang lòng ấy sở đắc vô biên

Đêmtâm kinh trụ xứ cõi thánh hiền
Bậc du già tịnh yên trong thiền thất
Mặc ngoài hiên hoa rơi tràn mặt đất
Quả trên cành nào có mất mùa sau

Đêmtrời nam tha thiết nhủ thầm nhau
Buông cái tôi để quốc độ xanh màu
Dẫu phù vân vẫn thường cơn dâu bể
Thuở Lý-Trần Phật Việt thế trùng hưng

Rồi Sẽ Có Một Ngày

Qua thọ nhận từ những dòng văn tự
Tâm ýthầy hiển hóa chữ nghĩa đây
Tư tưởng thầy thật bát ngát trời mây
Gomcảlại kinh sách đầy trang giấy

Đồng đạo kia có bao người trông thấy
Chẳng dễ gì mà dụng lấy được đâu
Như hư không vô cùng tận thâm sâu
Làm sao hiểu những ý nghĩa nhiệm mầu

Bậc hữu học nhất tâm cầu trí huệ
Người thế gian chẻ chia và đặt để
Lòng tự tư nên không thể hiểu ngài
Dù giống nhau cái tứ đại hình hài

Tâm bồ đề thọ dụng lại khác nhau
Nước non này lầm lỡ những cơn đau
Dựng tích trượng chấn tác để mai sau
Đời hưng thịnh và đạo mau phục hoạt

Nuôi chí lớn rộng đường mây giải thoát
Bậc du sĩ đã lên đường dứt khoát
Có sá gì để tranh đoạt lợi danh
Chép lời Phật và y giáo phụng hành

Dịch minh văn giảng giải thành kinh sách
Buông bỏ đời như viễn khách đường xa
Giữa hư không vô cùng rộng bao la
Cánh hạc trắng lụy sơn hà loang lỗ

Thương dân tình đắm chìm trong bể khổ
Từ bi tâm nên tế độ người mê
Trên dường trần vẫn mải miết đi-về
Tình pháp lữ cũng nhiều bề khác biệt

Chí phục dựng trùng hưng dòng Phật Việt
Đạo độ đời tha thiết biết bao nhiêu
Từ bình dân cho chí triết cao siêu
Một biểu tượng tăng tục đều kính ngưỡng

Người trong ngoài mong chờ và tin tưởng
Lòng nhất tâm cung thỉnh hướng về thầy
Giáo hội dân rồi sẽ có một ngày
Hàng Thích tử hội đủ đầy hòa hợp

Đạo bồ đề mởhọc đường trường lớp
Giáo dưỡng người đồng hướng tới thiên lương
Dạy tri kiến như thật Phật hoằng dương
Tuyên giáo lý để rộng đường giác ngộ

Qua sông mê thầy chống chèo để độ
Tinh thần thầy phương tiện hỗ trợ thêm
Chúng con là những kẻ giữa màn đêm
Cần đuốc Tuệ bậc Sĩ hiền dẫn dắt

Đương Thân Lo Liệu

Thầy ngồi đó bóng thời gian rũ xuống
Áo nâu sồng hồn muôn trượng bay lên
Đời đa đoan những điệp khúc không tên
Ngày tháng cũ cả một miền ký ức

Sóng từ bi dạt dào trong tâm thức
Trí bồ đề luôn sáng rực đường mây
An lạc trú ngay bây giờ ở đây
Đâu chờ đợi đến một ngày huyễn hoặc

Thầy ngồi đó trong tịnh yên tịch mặc
Mỉn cười xem quân loạn tặc ưu phiền
Và trò đời như con rối đảo điên
Giữ trung đạo chẳng hề thiên tả– hữu

Tình huynh đệ kể từ trào cố cựu
Nghĩa thầy trò vẫn trân trọng bảo lưu
Nước đổi ngôi thấm đẫm máu oan cừu
Người thống khổ quỷ thần ưu sầu thảm

Họa ngập tràn một giải đất phương nam
Quảng đại bi đâu đành cam tâm chịu
Chí phục hoạt thầy đương thân lo liệu
Mạng mạch pháp không thể thiếu trong đời

Những gian nan khó tưởng tợ lên trời
Cũng không thể làm cho người nhụt chí
Trong trời đất ung dung như ẩn sĩ
Bền kiên gan với thần khí kim cang

Thân lau sậy khoác một mảnh bào vàng
Chí giải thoát xuất vần thơ hào sảng
Luận đại thừa thầy thuyết giảng sư vương
Ấn trí Tuệ ở giữa cõi vô thường

Con đại Sĩ đạp trường sơn hành hoạt
Dẫu mục đích tối thượng thừa giải thoát
Đâu bỏ đời đang đau xót xiềng gông
Dù biết rằng vạn pháp vốn giai không

Nhưng chẳng thể ẩn an trong thiền viện
Hương trầm thơm mông lung xông Phật điện
Hương giới đức ngược gió tỏa muôn miền
Thánh thần thiêng tán thán hạnh vô biên

Người trong ngoài nguyện trợ duyên hộ pháp
Hàng hậu học dốc tấc lòng đền đáp
Tăng tục đều tu học thắp đèn đi
Hướng về thầy ngọn đuốc Tuệ từ bi
Ân tôn sư bậc xuất Sĩ trong đời

Tinh Anh Nước Việt

" Giấc Mơ Trường Sơn"* phơ phất cõi phiêu bồng
Hồn mênh mông đưa "Thuyền Ngược Bến Không"
Giữa dòng đời đầy biến động bão giông
"Văn Minh Tiểu Phẩm" tấm lòng thao thức

Vì giang san chí trung trinh rất mực
"Thư Gởi Tăng Sinh..." hiện thực trở trăn
Người hữu tâm chẳng biết có hay chăng
"Trú Xứ Bồ Tát" vẫn hằng năm tháng

"Phật Dạy Chăn Trâu" bồ đề nhãn tạng
"Phát Triển Tâm Từ" tối sáng phụng hành
Bậc du Sĩ đôi mắt Tuệ long lanh
Người là cả những tinh anh nước Việt

"Những Điệp Khúc Cho Dương Cầm" rất tuyệt
Ngón tài hoa tâm huyết hiến dâng đời
Thanh vô âm chẳng nệ đến ngôn lời
"Tô Đông Pha Những Phương Trời Viễn Mộng"

Đời mê muội giật mình, sư tử hống
Thích tử tôn cũng con cháu tiên rồng
Mấy ngàn năm non nước giống Lạc Hồng
Cùng muôn loài cộng sinh trong trời đất

"Ngục Trung Mị Ngữ" là lời chân thật
Đạo trong đời thấm đượm chất chơn như
Nghĩa ẩn tàng văn tự với kinh thư
Thầy giảng giải để cho người rõ lý

"Thanh Sắc Thi Ca" phô bày tuyệt mỹ
Dụng tinh túy người nghệ sĩ từ bi
Cái đẹp nào cũng dụ hoặc mê ly
Sống tỉnh thức đâu có chi quái ngại

Thị Ngạn am một " Góc Tùng" tự tại
Hai nẻo đường gánh vác nặng trên vai
Thân gầy gò ý chí chẳng đơn sai
Phách kim cang trong hình hài lau sậy

Dù thời thế với vô vàn đưa đẩy
"Đối Biện Bồ Tát" chẳng thấy lung lay
"Duy Tuệ Thị Nghiệp" dạy chúng hôm nay
Theo Thế Tôn đi " Cửa vào Tuyệt Đối"

Ngày sẽ lên xóa màn đêm đen tối
Thõng tay buông tinh tấn dấn thân thôi
"Dẫn Vào Tâm Kinh Bát Nhã" qua rồi
Nước vô sanh với luân hồi diệt tận

"*" Những chữ trong ngoặc kép là tên tác phẩm của thầy

Dõng Lược

Tâm thành đâu phải chuyện đùa chơi
Dẫu viết ra đây đến vạn lời
Cũng không tỏ được lòng mong ngưỡng
Bậc thầy tôn kính tướng sa môn

Thân trong thiền thất chốn cô thôn
Tâm hướng cao xa nghệ sĩ hồn
Ngón đàn diệu thủ dồn mây gió
Emởphươngnào có thấu chăng

Trí thầy sáng rỡ tợ hoa đăng
Dịch giải kệ kinh đặng chí thành
Tinh tấn hành trì du sĩ hạnh
Hoằng dương chánh pháp thạnh đường mây

Ngay lúc bây giờ ở tại đây
Tứ chúng, con dân, non nước nầy
Tháng ngày xuất xử lòng lân mẫn
Giữ gìn thanh tịnh tận thân tâm

Trí Tuệ tôn sư hiển thiền lâm
Danh Sĩ đời nay khó thể tầm
Thầy là châu ngọc người nam Việt
Sao khuê lấp lánh biếc quang minh

Sấm sét oai hùng chơn lặng thinh
Thiền sư nào phải sống vô tình
Quan hoài vận nước mình suy suyển
Ra tay chấn tác chuyển gian truân

Vườn chùa hoang hóa mấy độ xuân
Phải buổi gian nhân báng thánh thần
Cay đắng muôn phần dân bạc phước
Ông thầy dõng lược bước hiên ngang

Đêmtrường cô tịch bóng trăng tan
Giải thoát hoằng dương ánh đạo vàng
Đối diện bạo quyền gan chẳng núng
Đồng hành tứ chúng phụng Như Lai

Đạo đời chẳng một vốn không hai
Muôn sự người ơi tụ tán hoài
Nhân duyên tạo tác rồi sanh quả
Thịnh suy liên lỉ lạ gì đâu

Pháp nhược ma cường nước bể dâu
Bồ tát tâm nào lại chẳng đau
Dấn thân hành hoạt lòng ly viễn
Xuất sĩ màng chi chuyện lợi danh

Nực cười pháp lữ những đua tranh
Đắp áo mặc y vẫn cứ giành
Chi ấn vị ngôi thành lỡ sự
Hội càng thêm rối tự trong ra

Một kiếp nhân sinh cõi người ta
Quanh đi quẩn lại có bao là
Nước non, đạo pháp và dân tộc
Khắng khít ngàn năm gốc Việt gia

Vô Úy Ông Tăng

Ông thầy gầy guộc khẳng khiu
Giữa giòng mà lại xuất siêu thoát đời
Mắt như sao sáng rạng ngời
Hành tung dung dị nên người kính tôn

Tịnh yên thiền thất sơn thôn
Ra tay chấn tác bảo tồn thanh quy
Tấm lòng rất mực từ bi
Quyết tâm ở lại cũng vì chúng con

Gặp hồi ngã nước nghiêng non
Lòng người ly tán may còn dáng sư
Lời tâm huyết đọng trang thư
Thương hàng hậu học ưu tư nước nhà

Thịnh- suy ấy lẽ Sa Bà
Dấn thân hành hoạt cũng là đại tu
Sơn hà ngày tháng âm u
Trường sơn loi lẻ ngục tù bủa giăng

Can trường vô úy ông tăng
Đạo đời dốc sức vẫn hằng vững tin
Đêmtrường viết sách dịch kinh
Ngày dài thương lấy dân mình khổ kham

Phất phơ vạt áo già lam
Chắn cuồng phong đỏ vàng am đã từng
Sậy lau hiển hóa bách tùng
Thiền sư dựng lập anh hùng trượng phu

Tuệ càng mài giũa công phu
Sĩ thêm tráng khí kể từ dấn thân
Dốc lòng báo đáp Phật ân
Hội đồng hoằng pháp xa gần hỷ hoan

Vượt qua những nỗi đa đoan
Đemlời Phật dạy đến toàn thế gian
Làm cho sáng ánh đạo vàng
Giữ gìn giới đức giữa ngàn dấu suy

Con đường trung đạo đại bi
Tướng hành là giả cũng vì chúng sanh
Ông thầy rất mực tinh anh
Thiền lâm thừa lịch rạng danh sử đời

Ôn Học Giả

Mùa lễ tạ ơn ở xứ này
Từng bừng vui vẻ rộn ràng thay
Gặp nhau cho bõ thời gian đợi
Tôi nhớ mẹ cha với nhớ thầy

Áo vải cơm chay những tháng ngày
Màtâm thanh tịnh tợ mây bay
Công hạnh cao vời đâu dễ thấy
Trí huệ thâm sâu dậy sóng truyền

Giới đức hương bay khắp mọi miền
Dấn thân hành hoạt cũng tùy duyên
Tinh tấn không ngừng đâu quản ngại
Bồ Tát hành thâm tại cửa thiền

Mắt sáng long lanh nụ cười hiền
Nỗi lòng ly viễn trọn niềm riêng
Yêu nước thương dân nên cất tiếng
Quốc vận nào đâu chuyện mỗi mình

Phật pháp truyền thừa đại tạng kinh
Thậm thâm vi diệu với quang minh
Đồng tâm hiệp lực cùng phiên dịch
Tứ chúng đồng tu Thích tử tôn

Ông thầy khéo dụng những chơn ngôn
Gìn giữ thanh quy quyết bảo tồn
Hộ pháp giữa muôn trùng nguy khốn
Dựng lập nền xưa vốn đã suy

Nối gót tôn sư rất từ bi
Buông rồi đốt đuốc tự thân đi
Khuyến tấn tài bồi hưng sĩ khí
Phụng đạo độ đời vị cả hai

Thiên hạ vinh danh tán thán ngài
Giữa đời phiền não bậc tái lai
Bao nhiêu oan chướng hằng vô ngại
Thiền sư thi sĩ đại tài hoa

Thâm hiểu đông tây bậc triết gia
Thông kim quán cổ luận du già
Người đời xưng tụng ôn học giả
Hiền Sĩ đời nay đại Tuệ sư

Muôn pháp hàm nguyên vẫn chơn như
Đời lọan người suy chẳng thể từ
Xuất sĩ ưu tư hoài cuộc lữ
Tế độ nhân sanh chữ từ tâm

Thương người mê muội theo tháng năm
Thiên hạ cuồng quay cuộc thăng trầm
Xuống núi ra tay gầy dựng lại
Mà hồn đại sĩ tại thiền lâm

Trượng Phu

(Kính ngưỡng thầy Tuệ Sỹ)

Gió ngàn thổi mát thị thành
Quang minh lại tỏ trời xanh lại gần
Một đời gầy guộc dấn thân
Sá gì danh phận phước phần thế gian

Già lam sáng anh đạo vàng
Sậy lau phơ phất mà càn khôn xoay
Quê hương tị địa tháng ngày
Nâu sồng ấp ủ tâm ngay trí hùng

Nước non muôn sự nghiệp chung
Trượng phu nào quản khốn cùng hiểm nguy
Sa môn khẳng khái đại bi
Cũng vì tứ chúng mà đi sao đành

Dương cầm thánh thót âm thanh
Tiếng tơ Thích tử còn canh cánh lòng
Kể từ xuất sĩ nhập dòng
Giữ gìn chánh pháp khơi thông cội nguồn

Danh văn lợi dưỡng nhẹ buông
Dốc lòng hoằng hóa gióng chuông hộ trì
Thiền môn dựng lập thanh quy
Truyền thừa thọ ấn cũng vì tương lai

Tâm đan chẳng chút đơn sai
Cơ đồ Phật pháp ngày mai hãy còn
Cà sa lồng lộng nước non
Vương quyền bất bái là con Phật đà

Ất Lăng thành, 2022

Mừng Ngày Khánh Đản

Phật về hoan hỷ bản trường ca
Quang minh rạng rỡ cõi Sa Bà
Nhân loại từ đây vui sống đạo
Con đường giải thoát tạo tương lai

Thị hiện an lành một sớm mai
Ba lần chuyển pháp ở vườn Nai
Tứ đế là đây căn bản pháp
Trung đạo con đường quả thánh nhân

Phật về thế giới lại thanh tân
Dẫu đời lầm lạc lắm phù vân
Đammêtừthuở vô cùng tận
Nay tỉnh dần ra cảnh sắc trần

Phật về từ ái gần gũi thay
Chuyển ý hồi tâm đã chỉ bày
Chánh pháp tùy duyên ngày tháng thuyết
Đại bi vô tận nguyện độ sanh

Đạo vàng là cả những tinh anh
Pháp học đồng song với pháp hành
Điều phục thân tâm thanh tịnh ý
"Nhập tri kiến Phật" chí tôn sư

Giáo pháp không ngoài lẽ chơn như
Trí huệ vô biên đấng đại từ
Ngài đến nơi này vì đại sự
Độ người đau khổ, sử Phật ghi

Thương hết muôn loài chẳng nệ chi
Độc hành ly viễn bước đường đi
Rừng sâu núi tuyết tâm bền bỉ
Bồ đề quả mãn khi sáng sao

Từ cõi nhơn gian đến trời cao
Lũ chúng con đây thấy tự hào
Mừng ngày khánh đản trào dâng cảm
Tưởng nhớ Như Lai tâm xuyến xao

Tiểu Lục Thần Phong
Ất Lăng thành, 0423

Lễ Chùa Tháng Bảy

Lễ chùa tháng bảy hội Vu Lan
Thoang thoảng trầm hương với khói nhang
Những đóa hoa vàng tươi thắm sắc
Mười phương hộ lực chắc chưa tan

Tích cũ thánh hiền Mục Kiền Liên
Tận tâm độ mẹ khỏi ưu phiền
Hội hiếu bao nhiêu người hớn hở
Hướng về cha mẹ với tổ tiên

Một niệm vô cùng biến hiện ra
Mười phương pháp giới cõi Sa Bà
Đọa- thăng thay đổi tùy tâm chuyển
Phước- họa làm nên chuyện chính ta

Chiêm ngưỡng kim thân đấng Thế Tôn
Rung động trong tâm khó diễn ngôn Trí huệ,
từ bi, vô úy thời
Độ sanh phương tiện chỉ lập môn

Thiện xảo thuận theo tục thế nhân
Làm người ghi nhớ tứ trọng ân
Phật tử, chúng sanh cần hiếu đễ
Cúng dường phạm hạnh, lễ Phật thân

Hiếu hội Vu Lan ý nghĩa sâu
Phật pháp truyền lưu rất nhiệm mầu
Đất trời quang thạnh, người hoan hỷ
Tam bảo còn hơn quý ngọc châu

Vọng Tỏa Mười Phương

Vàng gieo rực rỡ sơn hà
Sắc màu cẩm tú ấy là hạo nhiên
Rằng từ quốc độ sơ nguyên
Ai ngờ hải quận hiện tiền phong thanh

Người đi lòng cũng đã đành
Người về chẳng đặng hóa thành nguyện tâm
Tháng ngày trầm tích dư âm
Tình này di dưỡng vẫn thầm thậm tư

Mùa lên đương độ tạ từ
Ẩn trong sắc lá dường như tượng hình
Ngập ngừng mấy nẻo vô minh
Lạc loài mấy bận mà mình tương tri

Này em lòng có tượng nghi
Ta thì thương thế mà di nguyện tồn
Sơ thần hướng vọng vô môn
Tùy tâm tiện thể tưởng hồn cách giao

Hương thừa thụ dụng xôn xao
Thân này sắc ấy từng trao tận tường
Người còn biệt dạng cung đường
Tình hoài vọng tỏa thập phương đất trời

Tiểu Lục Thần Phong
Ất Lăng thành, 1123

Ngọn Đèn Sáng Soi

Thầy đi rồi cơ nghiệp vẫn còn đây
Đại tạng kinh in dấu ấn sâu dày
Khúc dương cầm, những áng văn trác tuyệt
Tấm lòng son đầy nhiệt huyết quan hoài

Từ Vạn Tương về Việt Nam dựng lập
Giữ cơ đồ giáo pháp của Như Lai
Đạo và đời mực thước chẳng đơn sai
Thầy trọn vẹn cả đường dài phụng sự

Ngoài độc hành đơn thân đời lữ thứ
Trong lặng thầm sáng suốt chí chơn như
Tuệ quang minh biên sách tả kinh thư
Sĩ khí đại kêu gọi người thức tỉnh

Vị cô thần hết một lòng trung chính
Ngài thiền sư y chỉ pháp phụng hành
Bậc du sĩ khí phách cực tinh anh
Đấng trưởng tử tận chí thành hoằng hóa

Bút mực nào tả đủ đầy công hạnh
Cọ sơn đâu vẽ được huệ thần khai
Màn trời đen lấp lánh ánh sao mai
Non nước lở đắp cà sa bồi tụ

Đạo pháp hoại, dấn thân làm rường cột
Thiền lâm suy, dõng mãnh dụng môn quy
Đời loạn lạc, lòng chan chứa từ bi
Pháp lữ loạn, quyết viễn ly lập chí

Bóng dáng thầy lung linh trong tâm tưởng
Đức hạnh thầy lan tỏa khắp mười phương
Non nước nầy dù cuộc vận nhiễu nhương
Ngọn đèn sáng soi con đường cao rộng

Hoa Khai Ánh Đạo Vàng

Thế Tôn thị hiện độ đời
Quyền thuật phương tiện nói lời đại bi
Con người tham đắm sân si
Chìm trong bể khổ cũng vì vô minh

Từ ngày có Phật đản sinh
Con đường Trung Đạo định hình tương lai
Phật về hương tỏa hoa khai
Trời người với cả muôn loài hỷ hoan

Khói trầm phảng phất nhẹ loang
Dâng cúng dường Phật lòng càng thiết tha
Này đây một cõi Sa Bà
Tín tâm sanh khởi hằng hà nhân duyên

Sống trong giây phút hiện tiền
Lời Phật khai ngộ vô biên nhiệm màu
Ngõ hầu giải thoát về sau
Người người nhắn nhủ cùng nhau phụng hành

Ưu đàm nở dưới trời xanh
Đạo vàng khai mở tựu thành độ sinh
Mười ngàn thế giới quang minh
Lục chủng chấn động cung nghinh Phật về

Một ngày thức tỉnh thôi mê
Theo lời Phật dạy dựa kề Như Lai

Tâm Kinh Đồng Vọng

Tôi nghe lời thì thầm trong đất trời
Một sớm mùa thu
Những chiếc lá đầu tiên chuyển sắc
Mùa lên màu rạng rỡ hư không
Lời Tâm kinh từ sương sớm đến ráng hồng
Mùa lá bay mênh mông đồng vọng
Trời vào thu càng thêm vi diệu
Chữ nghĩa bày tỏ được bao nhiêu?
Lời Tâm kinh trong mùa đông đầy tuyết
Trắng đất trời thanh bạch tận tâm can
Hồn bay bổng tâm những mang mang
Lời kỳ diệu mở ra thênh thang bát ngát
Những con người vốn vô vàn sai khác
Màđồng lòng thọ diệu dụng này đây
Ngôn từ nào diễn giải?
Lời Tâm kinh khi hạ đầy nắng gió
Trùng trùng xanh, thăm thẳm ngàn xanh
Ngày và đêm yên ả an lành
Từ phố thị tới đồng quê hẻo lánh
Xuân rạng rỡ muôn vạn sắc hương hoa
Lời Tâm kinh nhẹ nhàng lan tỏa
Âmđồng vọng khắp mọi cõi trong ngoài
Và trên dưới một niệm tâm tạo tác
Tôi luân hồi từ vô lượng kiếp
Giờ nơi đây thì thầm thầm Tâm kinh
Dù rằng còn mờ mịt vô minh
Lòng thầm hướng một phương trời cao rộng
Tôi nghe lấy lời Tâm kinh đồng vọng
Xuyên ba đời rộng khắp mười phương
Từ một điểm sóng âm loang muôn hướng
Lại quay về hội tụ tại tâm tư

Rằm Tháng Bảy Dâng Hương

Lên chùa lễ Phật tụng kinh
Tịnh tâm nghĩ tưởng nghĩa tình mẹ cha
Nhớ ơn đức của ông bà
Mình người con Phật thiết tha niệm lành

Ơnthầy hôm sớm tu hành
Hoằng truyền giáo hóa chúng sanh đường về
Giục người ra khỏi cơn mê
Sắc, tài, danh, lợi bộn bề bủa vây

ƠnPhật bát ngát trời mây
Mởra đường đạo đủ đầy pháp môn
Người thành thị, kẻ sơn thôn
Lợi căn, ám độn, thần hôn rõ ràng

Ơncộng sinh rất bộn bàng
Cùng là quốc độ cưu mang chúng mình
Vô tình liên đới hữu tình
Cũng trong một niệm vô hình thế thôi

Vu Lan hiếu hội bồi hồi
Pháp hành, pháp học trau dồi chẳng quên
Tứ ân thâm trọng mông mênh
Làm người nhớ lấy báo đền tận tâm

Dòng đời cứ mãi thăng trầm
Dòng thời gian với tháng năm vô thường
Ngày rằm tháng bảy dâng hương
Đê đầu đảnh lễ mười phương Phật đà

Tiểu Lục Thần Phong
Ất Lăng thành, 0723

Đản Sinh Độ Chúng

Bồ đề quang quảng thiên nhai
Năng Nhân Tịch Mặc minh đài vô ngôn
Đê đầu đảnh lễ Thế Tôn
Tứ đế, bát chánh độ hôn mê trầm
Lục niên khổ hạnh sơn lâm
Thất tuần nhập định nhất tâm tựu thành
Tam thân tứ trí tinh anh
Ngũ nhãn đạt tục hạnh hành chiếu chơn
Lục thông thấu tận nguồn cơn
Quyền thật phương tiện uất đơn châu tuần
Thập nhị pháp chuyển tam luân
Hoa khai ngũ diệp Kiều Trần đệ huynh
Hỷ hoan thị hiện đản sinh
Thuận thế gian cố hữu tình tác tư
Độ sanh thuyết pháp chơn như
…
Tiểu Lục Thần Phong
Ất Lăng thành, 0424

Hà Nhân Giả

Tế yêu cung
Thậm thiểu cát tường Thậm đại hung
Nhất tấn nhập trung chung thân bất tái ngộ
Lang y tại cố lý sầu thống hận oan cừu
Thiếp ký ngữ lục diệp hàn thủy phù lưu
Lai sanh tương phùng thệ nguyện
Thiên trường địa cửu khắc cốt ghi tâm
Kim nhật bạch diện thư sinh luyến ái
Phong trần thiên nhai
Thức hà khả khiết ma khả lân
Tương tư tế yêu nhân
Hà xứ ngọc diện thử ư thời
Nhất sinh ngô đãi nhân bất tri
Đương kim mê tâm
Như sơn dũ tuấn vân vũ trường
Đại địa sơn hà khinh
Tình trọng
Nhất dạ giao hoan thiên niên vĩnh ký
Hà nhân giả
Hà thời thường tương tư bất đoạn
Hà cớ la võng tỏa
Cấm bế ngục trung

Vô Phận Thiên Nhai

Độc hành vô phận thiên nhai
Lang y bạch diện bất tài yểm thân
Tư hương nan khả khiết lân
Ngoại phương lữ ký phong trần bán sinh
Mêđồulộ vô minh
Duy tâm loạn tưởng đa tình thâm căn
Lạc loài sơ dụng tả văn
Nhất cú thi pháp quá phần hoại thư

Vọng

Vọng cầu vô sự an nhiên
Ngũ dục cấm bế hiện tiền vô minh
Đa đoan sân khuể niệm tình
Thống tai ưu hoạn tái hình tụ hương
Thiện hành thậm thiểu tư lương
Thăng trầm phúc họa vô thường hoạt kê
Hà thời giải phóng phòng khuê

Kịch Trường

Tâm tư viễn lự nghi hình
Hà thời trú dạ niệm tình tịch hưu
Ái dục cường lực bộc lưu
Dị ngôn nan đoạn hoạn ưu kịch trường

Hí Kịch Trường

Dã mộng hoạt mê tình
Nị hà nhân giả
Trường lạc truy hoan bất đắc nguyện
Đam tửu thụy mỹ nê lê hoàn
Thức giả duy hí luận thuyết
Vô hành nan khả giải triền phược
Tự cổ tha nhân thường bất tuyệt
Ngô kim thị chủng nhiệt ưu phiền
Hà thời hưu ái đình tâm dục
Thử thị tiêu du hí kịch trường

Niệm Phật

Cuồng ca vi khởi y mao
Mãn thiên hoa vũ cao trào diệu tâm
Tử masắc khí thậm thâm
Sát na ngộ nhập pháp âm Di Đà

Vi Diệu Âm

Xưng dương danh hiệu Di Đà
Thanh âm vi diệu hằng hà hoa khai
Tây phương Tịnh Độ liên đài
Tự tâm hiển hóa hình hài quang minh

Luân Hồi

Sắc dục tâm tưởng luyến lưu
Luân hồi bất tận bộc lưu nam đình
Thoạt đầu khởi thủy vô minh
Tứ đại ngũ uẩn tượng hình sắc– danh

Thị Hiện Khai Giáo

Cao tài dũng triết đại bi
Độ thế chi đạo vô vi niết bàn
Xuất vương cung thọ cơ hàn
Lục niên thiền định tuyết san lâm tuyền
Thất tuần miên mật vô biên
Buông xả vô tận hiện tiền mai tinh
Tam thân tứ trí lục minh
Thiên nhân quy ngưỡng hữu tình kính cung
Như Lai thuyết pháp đại hùng
Lộc Uyển sơ giáo trùng trùng hiển khai...

Nhị Trùng Nhất Họa

Tòng tâm đới tưởng tượng hình
Tàng âm lai viễn giao tình nguyên sơ
Dương căn khởi dụng đại cơ
Hợp giao thống khoái thậm mê diễn đường
Trường túc tế yêu toàn cựu ức
Bạch bì hồng diện nhiếp dục thâm
Tham tài đắm sắc đa dâm
Lục lang dã sử độc lâm ngự sàng
Hậu canh lạc tận tàn đăng
Khỏa thân lõa thể môn thần thưởng hoa
Hảo tửu diễm tình miên túy ngọa
Nhị trùng nhất họa hưởng hành giao
Cuồng hoan cực hưởng xướng hòa
Tinh sa nguyệt tận nhân hà thăng hương...

TIỂU LỤC THẦN PHONG

TUỆ TÂM

TUỆ TÂM

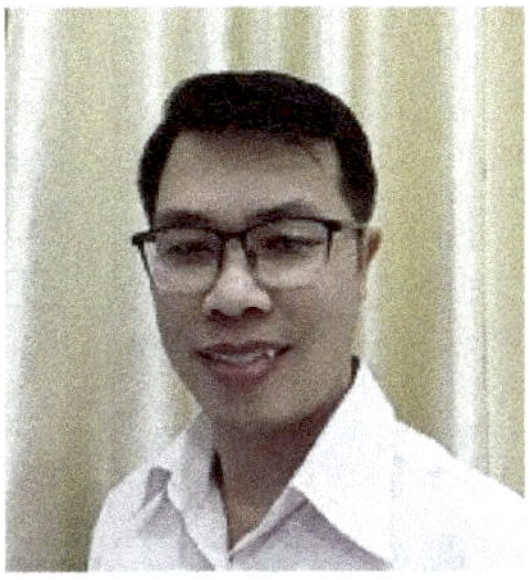

Tên thật là **Trương Hoài Phong**

Sinh ngày 18/8/1979
Nguyên quán: Kim Sơn, Châu Thành, Tiền Giang
Hiện đang sinh sống và làm việc tại An Khánh, Châu Thành, Bến Tre

Tuệ Tâm là một soạn giả chuyên biên soạn các bài ca cổ, bản vắn, điệu lý cải lương Nam Bộ, (với bút danh Hoài Phong)
Gia tài đồ sộ của anh có trên 1000 bài viết thuộc thể loại bài bản vắn, điệu lý cải lương và hàng trăm bài vọng cổ nói về Cha Mẹ, tình yêu quê hương, tình yêu đôi lứa.

Ngoài ra Tuệ Tâm còn làm thơ, sáng tác nhạc và phổ nhạc. Một số ca khúc được anh sáng tác và phổ nhạc đã được phổ biến trên youtube và được nhiều khán thính giả yêu thích như: Đêm đã không giờ, Sầu đâu ngậm ngùi, đắng cay phận nghèo, Bậu về nhà khác, Cây so đủ chung tình, Cạn chén tương phùng, nước mắt Vu Lan, Mẹ Quán Thế Âm, Bước Chân Minh Tuệ, Minh Tuệ Đầu Đà…

Các giải thưởng về âm nhạc:

Ca khúc: Phố hoa giữa đồng bằng – Giải Khuyến Khích hội thi sáng tác ca khúc chào mừng kỷ niệm 10 năm thành lập thành phố Sa Đéc (năm 2023)
Ca khúc: Đi chùa với mẹ - Giải B Cuộc vận động sáng tác thơ – nhạc Phật giáo do Ban Tôn giáo tỉnh Lâm Đồng tổ chức (năm 2024)

Các giải thưởng về ca cổ:

Bài ca cổ: Kiên Hải thắm tình ta – Giải Nhất cuộc thi sáng tác ca khúc và ca cổ với chủ đề huyện đảo Kiên Hải 40 năm một chặng đường phát triển (năm 2023)
Bài ca cổ: Nghe tiếng giã gạo: Giải nhì – Giải thưởng sáng tác quảng bá tác phẩm văn học nghệ thuật báo chí chủ đề h ọc tập và làm theo tấm gương đạo đức Hồ Chí Minh do Tỉnh Uỷ Tiền Giang tổ chức (năm 2024)

Ngoài ra còn một số giải thưởng khác.
Công việc hiện tại của anh là edit video, làm video karaoke tất cả các thể loại nhạc cho khách hàng là ca sĩ, nghệ sĩ t rong và ngoài nước; sáng tác, phổ nhạc, viết ca cổ, điệu lý theo yêu cầu…

Cõi Tạm

Kiếp nhân sinh, tựa sương mai lấp lánh
Ta gặp người, trong kiếp sống hôm nay
Bao yêu thương, rồi tan theo mây gió
Những ngọt bùi, theo năm tháng tàn phai

Đời hư ảo như mây bay lặng lẽ
Như bể dâu, tan hợp mãi không ngừng
Nơi ta đến, nghiệp duyên luôn lưu dấu
Buông nhẹ thôi, tìm giải thoát an lành

Cõi tạm này, duyên khởi từ nhân quả
Hợp rồi tan, thân trả lại hư không
Kiếp nhân sinh, quẩn quanh vòng duyên nghiệp
Ta trôi lăn, trong vạn kiếp luân hồi

Ta với người gặp nhau do duyên nợ
Sống bên nhau, xin đừng chấp đúng sai
Buông mê luyến, để thấy đời tươi sáng
Giữa vô thường, hồn vẫn mãi an nhiên

Tuệ Tâm-
2/11/2024

Dặn Lòng

Dặn lòng thôi chẳng sân si
Chuyện đời vốn dĩ thị phi thế mà
Mỉm cười nhắm mắt cho qua
Hơn thua chuyện của người ta chẳng màng
Nợ xưa đã trót vương mang
Nay xin trả hết nhẹ nhàng bước chân
Ung dung dạo cảnh hồng trần
Ngắm nhìn nhân thế tham sân đủ điều
Người tìm hạnh phúc, tình yêu
Ta tìm một áng mây chiều bình yên

Tuệ Tâm
19/12/2023

Tựa Nương Tam Bảo

Ai đánh tan vô minh muôn kiếp trước
Trải cõi lòng, mở cửa yêu thương.
Ai thắp sáng ngọn đèn chánh niệm
Dắt con qua bể khổ đoạn trường

Từ bi nở, đóa hoa sen rực rỡ
Dưới Phật đài, lòng bỗng hóa hư không
Ai dẫn lối qua dòng sông vô lượng
Để thấy đời vô ngã giữa mênh mông

Nguyện cầu Vô Lượng Thọ, ánh dương
Giữa nhân gian, soi sáng con đường
Nhẹ như khói, tâm bình không lay động
Chuyển tâm con, như Phật giữa đời thường

Đêm tĩnh lặng, nghe lòng thanh thản
Gió vi vu, ru giấc mơ lành
Cõi luân hồi, hạt sương nhỏ mong manh
Trong ánh nắng vô thường, chợt tan biến

Sen trắng giữa bùn, ngát hương tinh khiết
Lời kinh vang, an tịnh cõi tâm
Ngôi Tam Bảo, con quay về nương tựa
Giữa hư không, dòng ân điển phủ đầy

Tuệ Tâm
26/10/2024

Nhân Sinh Quán Vô Thường

Vạn vật trần gian
hợp tan đổi thay
Đời như con sóng
vô thường mỗi ngày
Thành trụ hoại không
nào có chi lâu
Người sao cứ chấp
tim mãi u sầu.
Vô thường, vô thường
Nhận ra tâm an
Đừng luyến tiếc mãi
Khổ đau dâng tràn

Một đời ta sống
là một lần học
Chấp nhận mất mát
để hiểu sâu hơn
Niềm vui trong tâm
khi buông xả lòng
Hợp tan là thế,
sao phải buồn mong?

Vô thường, vô thường
Nhận ra tâm an
Đừng luyến tiếc mãi
Khổ đau dâng tràn
Từ trong vô thường
ta tìm thấy ra
Niềm vui thật sự
trong chính lòng ta
Quán chiếu từng phút
từng giây đổi thay
Tâm an tự tại
không còn đắm say

Cát Bụi Ngày Mai

Rồi ngày mai ta trở về cát bụi
Trắng đôi tay như thuở ban đầu
Khi chào đời ai cười ta khóc
Lúc ra đi bao kẻ khóc tiễn đưa…

Rồi ngày mai ta trở về cát bụi
Sống hôm nay sao cứ mãi tranh giành
Ta vui gì khi người đang khóc
Lúc sa cơ ai che chở cho mình…

Ơi… cuộc đời…
là vòng xoáy vô minh
Chốn khổ đau vay trả luân hồi
Sống trên đời mình thương nhau nhé
Sẽ vượt qua đau khổ chông gai…

Hỡi… cuộc đời…
buồn đau vui sướng
Bởi do ta lựa chọn con đường
Sống trên đời mình thương nhau nhé
Mai trở về… về với an vui…

4/4/2024

Quán Thân Tứ Đại

Đất, nước, gió, lửa tương đồng
Hợp tan một cõi, sắc không phận người
Bèo mây trôi dạt giữa đời,
Sớm còn, tối mất, ngậm ngùi hư hao

Thân này đâu phải ngọc cao,
Đất tan thành cát, ai nào giữ lâu
Quán thân, đừng chấp bền sâu
Tham sân một thoáng, thương đau ngập lòng

Đất, nước: xương thịt máu hồng
Hơi thở là gió, lửa nồng ấm thân
Tựa như một áng phù vân,
Thân người hư ảo, bước chân tạm thời

Chấp thân, bám víu khổ đời
Quán thân tứ đại, tâm ngời hư không
Một mai trả lại mênh mông
An vui sen nở, thong dong cõi lành

Tuệ Tâm
26/11/2024

Một Đóa Phù Vân

Tôi ngồi hong nắng bên sông
Gió vờn mây giữa bềnh bồng thiên thai
Người đi qua hết đời này
Chỉ còn hạt bụi vương đầy đa đoan.

Thả rơi như chiếc lá vàng
Trên dòng sông biếc thu sang thắm tình,
Sương mai đón ánh bình minh
Nhẹ nhàng tan giữa lặng thinh đất trời.

Nghe từ xa thẳm ngàn khơi
Tiếng chuông thanh tịnh ru đời bôn ba
Sống vui giữa cõi Ta Bà
An nhiên tự tại, vượt qua sắc trần.

Đông tàn rồi lại sang xuân
Giữa vòng sinh tử, chuyển luân bao lần
Nhẹ nhàng như đóa phù vân
Vững lòng bước tiếp, ngại ngần chi đâu.

Sống như ngày mới bắt đầu
Sống như sẽ thác ngày sau cận kề
Chân Như, Bến Giác tìm về
Sau lưng bỏ lại bộn bề thế gian

Tuệ Tâm
1/11/2024

Cõi Mộng

Chiếc lá vàng rơi theo gió
Không gian xa vắng hư vô
Nhân gian vốn là vô thường
Thân này mỏng tựa sương mai

Cuối cùng trở về cát bụi,
Sướng đau cũng chẳng khác nhau.
Giàu sang chất đầy của cải,
Ngày mai đất vẫn ôm tròn.

Hãy sống bình an tĩnh lặng
Đời như gió thoảng mây trôi
Sau thác là nơi chuyển hóa
Tái sinh tiếp nối luân hồi

Chào đón bình minh tươi sáng
Hãy vui mỗi phút giây này
Cớ sao tự làm khổ mãi,
Để lòng nhẹ bỗng như mây

Rồi ta đi như làn gió,
Lặng im chẳng vướng bụi trần.
Tĩnh tâm trước thiên nhiên đẹp
Hồn lìa vẫn giữ an yên

Mỗi ngày tri ân trời đất
Hiểu sâu lẽ sống vô thường.
Đêm tan cõi lòng vui sướng
Bình minh lan tỏa muôn phương.

Tuệ Tâm
28/11/2024

MỤC LỤC

www.ingramcontent.com/pod-product-compliance
Lightning Source LLC
LaVergne TN
LVHW082339200926
848481LV00012B/3397